சாப்ஜி

கதைகள்

சாப்ஜி கமால் காதர்ஷா

விளிம்பு

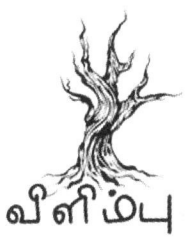

விளிம்பு பதிப்பகம் வெளியீடு : 1
சாப்ஜி கதைகள் ஆசிரியர் : சாப்ஜி கமால் காதர்ஷா
முதல் பதிப்பு : 2024
பக்கங்கள் : 150
விளிம்பு பதிப்பகம்,
62, மத்தலாங்குளத் தெரு,
திருவண்ணாமலை - 606601
அலைபேசி : 94889 07282
மின்னஞ்சல் : shah.surya14@gmail.com
அட்டை வடிவமைப்பு : சூர்யா வண்ணொளி பதாகை,
அச்சிட்டோர் : சுபம் பிரிண்டர்ஸ், திருவண்ணாமலை
செல் : 9443226781
₹. 220/-
ISBN: 978-93-3040-36787

Sabji Kathaigal
Author: Sabji Kamal Katharshah
Fist Edition:2024.
Pages:150
62A, Mathalankula Street, Tiruvannamalai
Phone: 94889 07282
Email ID: shah.surya14@gmail.com
Book Wrapper Designer:
Surya Digital Printers, Mobile : 94889 07282
Printed by: Subam Printers, Mobile : 9443226781
₹. 220/-
ISBN: 978-93-3040-36787

தாய் தந்தையரின்
வழியே
இந்த உலகில்
உதிக்க வைத்து
நல் உறவுகளையும்
நல் நட்புகளையும்
எமக்களித்த
பரிபாலன்
ஏக இறைவனுக்கு
சமர்ப்பணம்...

நிலமும் பொழுதும்...

உலகில் உள்ள எல்லா உயிரினங்களுக்கும் ஒரு பொதுவான மரபு வழி உண்டு என்கிறது அறிவியல். மரபு என்ற கட்டமைப்பு வாழ்வியல் விழுமியங்களின் தொகுப்பாக அமைகின்றது. அவ்வாழ்வியல் விழுமியங்களின் தொடர்ச்சியானது சடங்குகள், நம்பிக்கைகள், வழிபாட்டு முறைகள், கதைகள் மூலமாக மரபு வழியாக கடத்தப்படுவது கர்ண பரம்பரை கதைகள், இதிகாசங்கள், காவியங்கள் என பல்வேறு பரிணாமங்களை பெற்று மொழியினூடாக இலக்கியத்தினை வந்தடைகிறது.

இலக்கியம் என்ற வகைப்பாடு காலத்தை கடந்து நிற்கும் காலத்தைக் காட்டும் கண்ணாடியாக உயிர்த்தெழுகிறது. உயிர்த்தெழுதல் என்பது வாதைகளை மட்டும் சுமந்து நிற்காமல் வாழ்வியல் விழுமங்களுக்கான வரலாற்றை சுமந்து வரும் தோணியாகவும் பயணிக்கிறது.

தோணி பலரை கரையேற்றவும் செய்யும் மூழ்கடிக்கவும் செய்யும். கரையேறுவதும் மூழ்குவதும் பயணிப்பவரின் பாற்படும். இலக்கியமும் தோணி போலத்தான் பலரை வாழ்வாங்கு வாழ்வித்திருக்கிறது. சிலரை மூழ்கடித்து இருக்கிறது.

"ஒருமுறை அறுத்த திருமா உன்னி" என்ற ஒற்றை வரி நற்றிணை 216 ஆவது பாடலில் மதுரை மருதன் இளநாகனார் பயன்படுத்தியதை இளங்கோவடிகள் "சிலப்பதிகாரம்" என்ற காப்பியம் வடிக்க காரணமாக அமைந்தது என்பது வரலாறு. கதை சொல்ல வளரும் என்பாரின் கூட்டிற்கு ஏற்ப இந்திய துணைக்கண்டம் முழுவதும் இராமாயணத்தை பற்றிய கதைகள் 300க்கும் மேற்பட்ட வகையில் கதைக்கப்படுகிறது.

கோவலன் கண்ணகி மாதவியோடு தொடர்புடைய "மணிமேகலை" காவியத்தலைவியானதோடு பௌத்தம் தமிழுக்கு வந்த பண்பாட்டு உறவையும் பேசுகிறது. சுந்தரர் இயற்றிய "திருத்தொண்டர் தொகை" எனும் நூலை அடிப்படையாகக் கொண்டே பெரியபுராணம் என்ற பெயரில் 63 நாயன்மார்களின் வாழ்க்கை வரலாறாக விரித்துரைக்கின்றார் சேக்கிழார்.

நிலமும் பொழுதும் வாழ்வியல் சூழலை கட்டமைக்கின்றது. அவ்வாழ்வியல் கட்டமைப்பே பண்பாட்டை வெளிப்படுத்துகிறது. அவ்வெளிப்பாட்டின் விழுமியங்கள் நாகரிகமாக போற்றப்படுகிறது. உலகம் முழுவதும் ஆற்றங்கரையில்தான் நாகரீகம் தோன்றியதாக வரலாற்று ஆய்வாளர்களால் அடையாளப்படுத்தப்-பட்டுள்ளன. இந்நூல் ஆசிரியரும் சிந்துவெளிக்கு முந்து வெளியாக உள்ள தென்பெண்ணை ஆற்றங்கரையில் இருந்து தன்னுடைய பயணத்தை அறத்தோடு பதிவு செய்கின்றார்.

தென்பெண்ணை ஆற்றங்கரையில் அமைந்துள்ள மணலூர்பேட்டை என்ற ஊர் பல வரலாற்று சிறப்புகளை தன்னகத்தே கொண்டது. இவ்வூரின் மேற்கே புகழ்பெற்ற ஜம்பை கல்வெட்டு அதியமானின் புகழை பறைசாற்றிக் கொண்டிருக்க, இவ்வட்டாரம் முழுவதும் தண்டபாணி ஜோசியர் அதியமானுக்கு இணையாக பேசப்படுபவர். இவருடைய கணிப்பு முக்காலத்தையும் சொல்லும் என்ற நம்பிக்கையை இக்கததாசிரியரின் அனுபவத்திலிருந்தே முகிழ்த்ததை படம்பிடித்து காட்டுகிறார்.

எஸ்கே. சாமி சவுண்ட் சர்வீஸ் என்ற கதைக்களம் தமிழ் கதை உலகில் அதிகம் காட்சிப்படுத்தப்படாத கதைக்களமாக சித்தரிக்கப்பட்டுள்ளது. தென்பெண்ணை ஆற்றின் இரண்டு கரையோர கிராமங்களில் நல்லது கெட்டதுகளில் எஸ்கே. சாமி இரண்டற கலந்துள்ள பண்பாட்டுப் பாங்கினை கோவில் திருவிழா, உரூஸ் சந்தனக்கூடு திருவிழா என மனித மனங்களை இணைக்கும் பாலமாக விளங்குகிறார்.

இக்கதையில் குறிப்பிட்டுச் சொல்லத்தக்க மற்றும் ஒரு சிறப்பு எனக்கு தெரிந்தவரையில் நாகூர் அனிபா என்ற மகத்தான இசைக்கலைஞனை இக்கதையின் ஊடாக நம் நினைவலைகளில் உலவவிடுகிறார். பஷீரும் செல்வராஜும் கொண்ட நட்பிற்கு இறப்பில்லை என்பதை ஆழமாக பதிவு செய்துள்ளார் நூல்ஆசிரியர். வட தமிழகத்தின் பண்பாட்டு பதிவுகளில் பதியப்பட வேண்டிய விருந்தோம்பல் எளிய மக்கள் "ஒன்னும் மண்ணுமா வாழ்தல்" போன்ற வாழ்வியல் கூறுகள் என தொடரும் கதையில் சந்தனக்கூடு திருவிழாவில் "மகரீப் தொழுகை" முடிந்தவுடன் தரை எல்லாம் வைக்கோல் பாய் போல் பரப்பி விட, எல்லோரும் வரிசை கட்டி அமர, மந்தார இலை வாசனையோடு அதன் மேல் "புலவு தால்சா" பரிமாற எத்தனை ரவுண்டு உள்ளே போகும் என்று கணிக்கவே முடியாது. அவ்வளவு ருசி. குழந்தைகளில் உண்டதுபோக மந்தார இலையின் நான்கு பக்கமும் மடித்து லாவகமாக வீட்டுக்கு எடுத்துச் செல்லத் தயாராகி விட்டார்கள். இலைகள் எடுக்கப்பட்டு, அடுத்த பந்திக்கு இலைகள் போடப்பட புலாவும் தால்சாவும் காலியாகிக் கொண்டிருந்தது. சாப்பிட்ட இலைகள் ஏரிக்குள் கொட்ட நாய்கள் சமரசம் இல்லாமல் சண்டையிட்டுக் கொண்டே தால்சா உணவு சோறு பிசைந்த மிச்சங்கள் உண்பதில் அவர்களுக்கான பெரும் கலவரம் அடங்கிய பாடில்லை என விருந்தோம்பலை விவரிக்கும் சோற்றுக்கான பந்தியில் எல்லோரும் என்ற சொல்லில் அறத்திற்கான வாழ்வியல் எளிய மக்களின் பண்பாடு என நாம் சற்று தலையை உயர்த்தி பார்த்தால் இப்பந்தியில் உண்டது போக, வீட்டிற்கு எடுத்துச் செல்லப்படுகிறது என்ற வரிகள் தலையோடு சேர்த்து புருவம் உயர்த்தி என்ன மனுஷனுங்க இப்படி வாழறாங்க என்று விதந்தோதுவதற்குள் விழுந்து வருவதற்குள் ஏரியில் கொட்டப்பட்ட இலைகளில் உள்ள மிச்சங்களை நாய்களுக்கானதாக்கியுள்ள வாழ்வியல் இச்சிறுகதைத் தொகுப்பின் உச்சபட்சமான அறமாகக் கொண்டாடி தீர்க்கத் தோன்றும்.

இன்னும் அதிதீவிர யோசனைக்குள் சென்றால் நாய்கள்

தின்றது போக, மீதம் உள்ள மந்தார இலையும் மண்ணுக்குள் உரமாகும் சூழலியல் சமன்பாட்டை இதைவிட எளிமையாகவும் வலிமையாகவும் போகிற போக்கில் கதையினூடாகப் பதிவிடப்படும் பாங்கு காலத்தை கடந்தும் நிலைக்கும்.

காரி பிஸ்கட் என்ற கதை மனித மனங்களை இணைக்கும் கோயிலாக மிளிர்வதை எழுத்தாளர்களின் வரிகள் சொல்வதென்றால் மனநிலை பிழன்ற மருது என்ற கதாபாத்திரம் தன்னுடைய மகனைப் போலவே பாவிக்கும் அம்மாவின் மாண்பினை எவ்வளவுதான் மருது உணவில் உப்பில்லை, காரமில்லை என்று நாளும் குறை கூறினாலும், அம்மாவும் திட்டிக் கொண்டே சோறு போடுவார். ஆனால் ஒரு நாளும் அவனுக்கான சாப்பாட்டை அம்மா நிறுத்தியதே இல்லை என்று கூறும் இடம், அறத்தின் நாயகமாக தாய்மை போற்றப்படுகிறது. காரி பிஸ்கட்டின் ருசியில் திளைத்த எழுத்தாளர் மும்பையில் இருந்து வருகை தரும் தனது அத்தையின் வருகையினூடாக நிகழும் சம்பவங்களை கதைக்களம் ஆக்கி தான் வாழும் ஊரில் உள்ள டேனிஷ்மிஷன் பள்ளி, தகர டின் அன்னமா டீச்சரின் பிரம்படி இந்த நாளை சிறப்பாக்கிய ஆண்டவருக்கு நன்றி. பச்சையம்மன் கோயில் குளம், மஞ்சள் நிற ஜனதா சில்க்ஸ் பேலஸ் புத்தகப்பை என கிடைக்கும் இடங்களில் எல்லாம் தன்னுடைய வாழ்வின் நினைவுகளை பதிவு செய்து கொண்டே மனநிலை பிழன்ற மருது, எழுத்தாளர் இவர்களினூடான அறமாகும். அம்மா என்ற அந்த ஒற்றைச் சொல்லில் பிணைக்கும் அழகு கதையை உயிர்ப்போடு உலவ விடுகிறார்.

எழுத்தாளரோ காரி பிஸ்கட் கிடைக்காத சூழலில் டீயோடு காரியை கற்பனையில் முக்கி அதன் சுவையை நிறுத்தி, வெறும் டீ குடித்தாயிற்று என்று எழுதிவிட்டு பக்கத்து வீட்டு பாட்டியிடம் அடிவாங்கிய மருதுவிற்கு அம்மா சுடுசோற்றை பரிமாறுகையில் சுராங்கனி பாடலை பாடுவது நிறுத்திவிட்டு அம்மாவிடம் நேத்து பசிக்குதுன்னு சோறு

கேட்டா ஏதோவொரு பிஸ்கட் தந்தியே மனுஷன் தின்பானா அத.. என்று திட்டிக் கொண்டே சாப்பாட்டு பாத்திரத்தை எடுத்துச் சென்றான் மருது. இந்த இடம் எழுத்தாளரை அவருடைய அம்மா மட்டுமல்ல, வாசகரையும் திகைக்கச் செய்கிற இடமாக அமைந்திருக்கிறது.

இந்த காரி பிஸ்கட் கதையில் இன்னொரு மேஜிக் இருக்கு. எழுத்தாளரின் சொந்த அனுபவத்தில் விளைந்த இந்த கதை இஸ்லாமிய குடும்பப் பின்னணியோடு அமைந்திருக்கும். அவன் படிப்பதோ கிறிஸ்துவ நிறுவனம் நடக்கின்ற பள்ளி அவர் புழங்குகிற வாழ்வியல் சூழலோ பச்சையம்மன் கோயில், மருது, தனலட்சுமி பாட்டி என இந்தியாவின் முகம் பன்மைத்துவம் வாய்ந்தது அது ஒரு போதும் ஒற்றைத்துவமானதாக இருந்ததாக இல்லை என ஆழமாக பதிவு செய்துள்ளார்.

மணல் பனை கிராமப் பின்னணியில் அமைந்துள்ள கதை பொட்டு கட்டுதல் தமிழ்ச் சமூகத்தில் குறிப்பாக வட தமிழகத்தில் பல கிராமங்களில் இப்பொட்டுக்கட்டுதல் என்கின்ற சடங்கு கடந்த 40 ஆண்டுகளுக்கு முன்பு வரை கூட பரவலாக இருந்த ஒன்றுதான். அன்றைய மனநிலையில் ஒரு குடும்பத்தில் தொடர்ச்சியாக பெண் குழந்தைகளாகவே பிறந்து கொண்டிருந்தால், போதும் பொண்ணு, வேண்டா என்ற பெயர்களை இடுவார்கள். குழந்தைகள் பிறந்து இறந்து கொண்டே இருந்தால் ஒரு குழந்தையாவது நிலைக்க வேண்டும் என்று மண்ணாங்கட்டி என்றும் குப்பையில் பிரட்டி குப்பன் என்றும் பெயரிடுவார்கள். பெண் குழந்தை பிறந்து விட்டால் ஆடு, மாடு, சேவலை கோவிலுக்கு நேர்ந்துவிடுவது போல் பெண் குழந்தைகளை கோவிலுக்கு என்று நேர்ந்துவிடப்படும் வழக்கம் இருந்தது. இப்பெண்கள் கடவுளை மணந்து கொண்டதாக கருதி மாரியம்மாள் என்ற பெயரையும் சூட்டி பொட்டு தாலி அணிவிக்கும் வழக்கமும் இருந்தது. இப்பெண்கள் நித்திய சுமங்கலியாகக் கருதப்பட்டனர். இவர்களுக்கு தேவதாசி என்ற பெயரையும்

தேவரடியாள் என்ற பெயரிட்டு கோவில் சார்ந்த ஆடல், பாடல் இசை என்ற பணிகளில் ஈடுபடுத்தப்பட்டனர். இந்தியா முழுவதும் இவ்வழக்கம் இருந்தது.

குறிப்பிட்ட காலம் வரை கோயில்களில் பெரும் மதிப்பும் மரியாதையும் அளிக்கப்பட்டது. பல அரசுகள் இவர்களுக்கு நிலதானம் உள்ளிட்ட குடியிருப்புகளையும் அமைத்து கொடுத்துள்ளனர். காலப்போக்கில் இப்பெண்களின் மதிப்பீடு குறையத் தொடங்கியது. தமிழகத்தில் தமிழ் மன்னர்களின் ஆட்சி ஒழிக்கப்பட்ட பின்னர், தேவதாசி முறை சீரழிவுக்கு உள்ளாகி பொட்டுத்தாலி கட்டுதல் என்ற வகையில் கோயிலுக்கு நேர்ந்துவிடப்பட்டு பல ஆண்களின் இச்சைக்கு பலியாக்கப்பட்டனர்.

1920களிலிருந்து இவ்வழக்கத்தை ஒழிக்க பல தலைவர்கள் பாடுபட்ட நிலையில் 1947ஆம் ஆண்டு தேவதாசி ஒழிப்புச் சட்டம் நிறைவேற்றப்பட்டது இச்சட்டத்தை அறியாமல் அல்லது அறிந்து கொண்ட சில ஆணாதிக்க சமுதாயம் அதை நடைமுறையில் வைத்திருந்தது எடுத்து உரைக்கும் வகையில் இப்பொட்டு கட்டுதல் வழக்கம் மொட்டையன் பொண்ணுக்கு நடக்கவிருந்த இச்சம்பவத்தை வெளிச்சத்திற்கு கொண்டு வந்ததோடு சுற்றி இருந்த கிராமங்களிலிருந்தும் இம்முறையை செவ்வேல் எப்படி ஒழித்தான் என்பதை கதைக்களம் ஆக்கியுள்ளார் எழுத்தாளர் கே.கே.ஷா.

மணல் பனை என்ற ஊர்ப் பெயர் ஆய்வுக்குரிய ஒன்றாக அமைந்துள்ளது. மணலூர் என்பது சங்க கால ஊர்ப் பெயர். இம்மணலூர் தென்பெண்ணை ஆற்றின் வடகறையில் அமைந்துள்ளது. மிகப்பெரிய வணிக நகரமான இம் மணலூர் சங்க காலத்தில் பல நாட்டவர்களையும் கப்பல் வழி போக்குவரத்தால் இணைத்தது. நந்தி துர்க்கத்தில் புறப்பட்டு கடலூரில் கலக்கும் தென்பண்ணையாறு மணலூர் என்ற பகுதியில்தான் மிகவும் அகன்று ஓடும் வாய்ப்பினை

பெற்றுள்ளது.

தமிழக வரலாற்றில் விஜய நகர வருகைக்குப் பின்பு எந்தெந்த ஊரெல்லாம் உள்நாட்டு வெளிநாட்டு வணிகங்களை இணைக்கும் பாலமாக அமைந்திருந்ததோ அவ்வூர்கள் தங்களது சாம்ராஜ்யத்தைச் சேர்ந்த அதிகாரிகளுக்கு எளிதில் புலப்படும் வண்ணம் பேட்டை என்ற பின்னொட்டை ஊரின் பெயருக்கு பின்னால் சேர்த்து மணலூர்பேட்டை, அவலூர்பேட்டை பனைமலைபேட்டை என தன்னுடைய வணிகத்தை பெருக்கிக் கொண்டதோடு தொன்மமாக வழக்கில் இருந்த தமிழ் பெயர்களை மாற்றத்திற்குள்ளாக்கினர்.

மணலூர்பேட்டை அருகில் மணலூர் என்ற தொன்மமான ஊர் பெயரும், பனை என்ற சொல்லிற்கு தமிழில் பெண்ணை என்றும், போந்தை என்றும் பொருள்கள் உண்டு. பனை மரங்கள் இரு கரைகளிலும் நிரம்பப் பெற்றதால் இங்கு ஓடிவரும் ஆற்றிற்கு பெண்ணையாறு என்ற காரணப் பெயர் அமைந்தது. இப்பெண்ணை ஆற்றங்கரையிலேயே தொல்காப்பியர் பனை மரத்திற்குப் போந்தை என்ற பெயரையே பயன்படுத்திருப்பார். ஏறக்குறைய 15 ஆயிரம் ஆண்டுகள் பழமை வாய்ந்த போந்தை என்ற பெயர், இன்று வழக்கில் உயிர் பெயராக நிலைத்திருக்கின்ற இப்பகுதியில் எழுத்தாளர் கே.கே.ஷா, இக்கதையில் மணல் பனை என்ற சங்ககால சொல்லாட்சியைப் பயன்படுத்தி தமிழ்மொழியின் தொடர்ச்சியை பதிவு செய்துள்ளதை பாராட்டாமல் கடந்து செல்ல முடியவில்லை.

“உடுக்கை இழந்தவன் கைபோல ஆங்கே
இடுக்கண் களைவதாம் நட்பு”

என்ற வள்ளுவரின் வாக்கினை பொய்யாக்கவே எழுத்தாளர் கே.கே.ஷா அவர்களுக்கு சில கூடாத நட்புகளும் அமைந்து அவருடைய வாழ்க்கையில் நடந்த சம்பவங்களின் உண்மை தன்மையில் சிறிதளவே எடுத்துரைக்கப்பட்ட கதை தான் வாட்ச். தன் வாழ்விலும் தன் எழுத்திலும் அறம் சார்ந்து இயங்குகிறார் எழுத்தாளர் கே.கே.ஷா

எழுத்தாளர் மும்பை சென்ற அனுபவமும் கதைக்களமாகி இந்து, முஸ்லிம்களின் வாழ்சூழல் எடுத்துரைக்கப்பட்டுள்ளது. ஊடகங்கள் சித்தரிக்கும் கலவர பூமி உறவுப் பிணைப்பில் இணைக்கப்பட்டுள்ளதை எளிமையாக புரிய வைப்பதோடு அப்பகுதியின் அரசியல் நிலவரத்தையும் பதிவு செய்துள்ளார்.

சொரடு என்ற கதை இப்பொழுது இருக்கின்ற தலைமுறைக்கு இச்சொல்லே வழக்கில் இல்லை என்றாகிவிட்ட பின்பு அச்சொரடு குறித்தான நினைவலைகளை உள்ளது உள்ளபடி எடுத்துரைக்கும் பாங்கு படிப்பவரை 30 ஆண்டுகளுக்கு முன்பு அச்சொரடை மட்டுமே நம்பி வாழ்ந்தவர்களுக்கும் சுவாரசியமான அனுபவமாக அமைந்திருக்கும். சாப்ஜி கதைகள் என்ற இச்சிறுக்கதை தொகுப்பில் உள்ள 10 கதைகளும் பத்து தலை ராவணனின் 10 தலைகளை போல தனித்துவமானவை. இணைத்துப் பார்த்தால் உயிர்மநேயம் என்ற இழையை பின்னிப்பிணைத்துள்ளார்.

நம்முடைய மனசாட்சியை உலுக்கி உறைய வைக்கும் பேராயுதத்தை நாம் கையில் எடுக்க வேண்டுமா அல்லது மனசாட்சியோடு உறவாடுகின்ற பேரன்பை கையில் எடுக்க வேண்டுமா என்ற கேள்வியை எழுத்தாளர் கே.கே.ஷாவிடம் எழுப்பினால், பேரன்பால் மட்டுமே மனிதத்தை இணைக்கும் என்பார் என்பதற்கு சாட்சியாய் இச்சிறுகதைகள் அனுபவங்களின் நிழல் பாதையாக நீள்கிறது. அப்பாதையில் நாம் உறுதியாக இளைப்பாறலாம்; கடந்து செல்லலாம். ஆனால் பயணித்ததின் அனுபவத்தை ஒவ்வொருவரும் நுகர்ந்துவிட்டே செல்லும் வகையிலான சாப்ஜியாற்றுப்படையாக இச்சிறுகதைத் தொகுப்பு தமிழ்க்கூறு நல்லுலகிற்கான நல்வரவு.

தோழமையுடன்
முனைவர். **சு.பிரேம்குமார்**
திருவண்ணாமலை

யாரெல்லாம் எழுதலாம்..?

எழுத்தாளர்கள்தான் எழுத வேண்டுமென்பதில்லை.. எழுதுபவர்களெல்லாம் எழுத்தாளர்கள்தாம்

சரி யாரெல்லாம் எழுதலாம்..?

தன்னையும், தன் சுற்றுப்புறத்தையும் கூர்ந்து கவனிக்கும் யாரும் எழுதலாம், அப்படித்தான் எழுத ஆரம்பித்திருக்கிறார் கமால் காதர்ஷா..

தான் பார்த்த, கேட்ட, அனுபவித்த உணர்வுகளையும், மனிதர்களையும் பற்றி மட்டுமே எழுதியிருக்கிறார் ஷா.. இதில் என்னைக் கவர்ந்த கதைகள் பற்றிய சிறுகுறிப்பை எழுத விழைகிறேன்.

சாமி சவுண்ட் சர்வீஸ்... தென்பெண்ணை ஆற்றின் இருகரைகளைச் சுற்றியுள்ள கிராமப்பகுதிகளில் சாமி சவுண்ட் சர்வீசையும், அதன் முதலாளி செல்வராஜ் என்கிற எஸ்.கே.சாமியை அறியாதவர் யாருமில்லை என்று தொடங்குகிறது கதை.

அங்கிருக்கும் முஸ்லீம்களில் பலர் வெளிநாடுகளில் வேலை பார்ப்பவர்கள், மீதியுள்ளவர்கள் விவசாயிகள்.. வெளிநாடுகளில் வசிப்பவர்கள் தங்கள் வீடுகளுக்கு எதாவது உதவியென்றால் செல்வராஜை போனில் அழைத்துச் சொன்னால்போதும், அதை அவர் பார்த்துக்கொள்வார், அதேபோல் விவசாயிகளின் மோட்டார் பழுதுபட்டால்கூட பணமே வாங்காமல் அதை சரிசெய்து கொடுத்துவிடுவார்.

இப்படியான உழைப்பு மட்டுமன்றி, பண உதவிகளையும் கணக்குப் பார்க்காமல் செய்வது செல்வராஜின்

வழக்கம்.. இப்போது அவருக்கே பண நெருக்கடி வந்துவிட்டது.. மகளைப் பிரசவத்திற்குச் சேர்க்கவேண்டும்,

சந்தனக்கூடு திருவிழாவுக்காக நடைபெறும் கவ்வாலிக் கச்சேரியில் பாட நாகூர் அனீபா வருவதால் புது மைக்கும், ஸ்பீக்கரும் வாங்கிவிட்டதால் கையிலிருந்த பணம் செலவாகிவிட்டது.. மைக்செட் கட்டிய பணம் அடுத்த நாள்தான் வரும்.. எப்போதும்போல நல்லது நெனச்சா, நல்லதே நடக்கும் என்ற நம்பிக்கையோடிருந்தார் செல்வராஜ்..

அதுபோலவே நல்லதும் நடந்தது.. தனக்காக புதிய மைக்கும், ஸ்பீக்கரும் வாங்கியதை அறிந்த நாகூர் அனிபா, செல்வராஜைப் பாராட்டி சிறுபணமுடிப்பை அன்பளிப்பாக கொடுக்கிறார், மகளின் மருத்துவசெலவுக்கு பணம் கிடைத்துவிட்டது என்று ஆசுவாசப்படுகிறார், அதற்கும் ஒரு சோதனை ஆசிப் வடிவத்தில் வருகிறது..

கண்முன்னே ஆற்றுவெள்ளத்தில் மனைவியோடு பலியான செல்வராஜின் நண்பன் பஷீரின் மகன்தான் ஆசிப்..வெளிநாட்டு வேலைக்காக விசாவுக்கு உடனே பணம் கட்டவேண்டிய நிர்பந்தம் ஆசிப்புக்கு, வேறுவழியின்றி அவன் செல்வராஜிடம் வந்து நிற்கிறான்.. எதையும் யோசிக்காமல் அனிபா கொடுத்த பணமுடிப்பை ஆசிப்பிடம் கொடுத்து அனுப்பி வைக்கிறார் செல்வராஜ்.

அந்த நேரம் மகளுக்கே வீட்டிலேயே சுகப்பிரசவம் ஆகிவிட்ட தகவல் வருகிறது.. ஆற்று மணலில் நெடுக விழுந்து பெருமாளே என்று வணங்கிறார் செல்வராஜ்.. ஆற்று நீரில் சலசலவென்று மீன்கள் ஓடிக்கொண்டிருந்தன என்று கதை முடிகிறது.. இதில் கடைசிவரி இந்தக் கதைக்கு வேறொரு பரிமாணத்தைத் தருகிறது..

உள்ளூர்த் தேர்தலை எப்போதும் போட்டியின்றி அமைதியாக நடத்தி ஏகமனதாகத் தேர்ந்தெடுக்கும் ஒரு ஊர், கடந்தமுறை தேர்ந்தெடுத்த தலைவன் கடமையைச் செய்யாததால் வேறொருவரைத் தேர்ந்தெடுக்க

முடிவெடுக்கிறது.. தனக்குக் கிடைக்காத்து வேறொருவருக்குக் கிடைக்க்கூடாதென ஒரு ரத்தக் களரியை உருவாக்கிவிட்டுச் செல்கிறான் பழைய தலைவன்.

அப்பாவின் சைக்கிளைத் தொலைத்ததால் அத்தை வீடிருக்கும் மும்பைக்கு தப்பி ஓடுகிறான் ஒரு வளரிளம்பருவத்து இஸ்லாமிய இளைஞன்.. அவன் போன நேரம் குண்டுவெடிப்புகளால் மும்பை கலவரத்தில் எரிந்துகொண்டிருந்த நேரம்..

ஊடகங்கள் ஊதிப் பெருக்கி இஸ்லாமியரை எதிரிகளாகச் சித்தரித்துக் கொண்டிருந்த நேரத்தில், அவை எதுவுமில்லாமல் இயல்பான மும்பையைச் சித்தரிக்கும் கதை தேடல்.. சரியான கோணத்தில் விவாதிக்க வேண்டிய அரசியல் இந்தக் கதைக்குள்ளிருக்கிறது

சொந்தத் தொழில் தொடங்க வங்கிக்கடன் வாங்கப்படும்பாடு.. வாழ்க்கையின் அடுத்த கட்டத்துக்கு நகரும்போது நண்பர்கள் செய்யும் துரோகம் என அடுக்கடுக்காக சோதனைகளையே சந்திப்பவனுக்கு ஆபத்பாந்தவனாய் உதவிக்கு வந்து சேர்கிறார் ஒரு வங்கி அதிகாரி..

நாம் நினைக்குமளவுக்கு இந்த உலகம் அப்படியொன்றும் மோசமில்லை, இங்கு நல்ல மனிதர்களும் இருக்கிறார்கள் என்று ஆறுதல்கொள்ளும் நேரத்தில் அப்படியெல்லாம் ஒன்றுமில்லை என்று கவிழ்த்துப்போடுகிறது வாட்ச் என்னும் கதை

இப்போது கிணறறியாத, போர்வெல்களை மட்டுமே அறிந்திருக்கும் தலைமுறை வந்துவிட்டது.. ஊர்ப்பொதுக்கிணறுகள் அந்த ஊர்ப் பெண்களுக்கு பாராளுமன்றத்திற்கு நிகரானவை, அங்கு விவாதிக்காத விஷயங்கள் எதுவும் உலகில் கிடையாது..

சமயங்களில் வாளி, குடம் தொடங்கி பெண்களும் தவறியோ, சுயவிருப்பத்தோடோ அந்தக்கிணற்றில் விழுந்துவிடுவதுண்டு.. அதையெல்லாம் எடுக்கப் பயன்படும் சாதனம்தான் பாதாள சொரடு, அதற்குச் சொந்தக்காரியே உள்ளே விழுந்துவிடுகிறாள்.. அவளை எடுத்துவரும் பாதாளசொரடால், அவள் விழுந்த காரணத்தை மட்டும் தேடிக்கண்டுபிடித்து எடுக்க இயலவில்லை.. ஒவ்வொருவரும் மனதிலும், ஒவ்வோரு ஊரிலும் பாதாள சொரடுகொண்டு எடுக்கமுடியாமல் புதைந்து கிடக்கும் ரகசியங்கள்தான் எத்தனை..? அதனைத் தேடிப்பார்க்கும் கதைதான் பாதாளசொரடு

இந்தத் தொகுப்பின் முழுமையான ஆகச் சிறந்த கதையாக ஜேன்மேரி கதையை குறிப்பிடுவேன் புதிய படத்திற்கு கதை தேடும் உதவி இயக்குனர்களுக்கு இந்த கதையை நான் பரிந்துரைக்கிறேன்.

கதைக்கான நல்ல களங்களைத் தேர்ந்தெடுக்கும் ஷா, அதைச் சொல்லும் முறையில் தனக்கென ஒரு வடிவத்தைக் கண்டடைந்துள்ளார். இன்னும் கடுமையாக பயிற்சி எடுத்தால் ஒரு சிறப்பான நிலையை எட்டலாம்.

ஷாவின் அடுத்தடுத்த வளர்ச்சிக்கு வாழ்த்துகள்..!

அன்புடன்
கவிதாபாரதி
கவிஞர் | இயக்குநர்
சென்னை

நான் கடந்தவை..

புத்தக வாசிப்புக்காக எங்கள் வீட்டில் நடக்கும் போட்டிகளில் பெரும்பாலும் ஜெயிப்பது அண்ணனாகத்தான் இருப்பார்...வாரப்பத்திரிகைகள் ராணி, குமுதம், கல்கண்டு ஆனந்த விகடன், நாவல்கள் ராஜேஷ்குமார், பாலகுமாரன் பட்டுக்கோட்டை பிரபாகர், வாங்குவதற்கு அருணா ஓட்டல் எதிரில் உள்ள காஞ்சியார் பஸ் டெப்போ வெளியே உள்ள கடையில் புத்தக பார்சல் வரும் வரை நின்று வாங்கி கொண்டு வந்தால் யார் முதலில் படிப்பது என்ற சண்டை அம்மாவால் தீர்க்கமுடியாது..

மாலை வேளைகளில் வாங்கப்போகும் நாவல்களுக்கு அண்ணன் தன் பிஎஸ்ஏ எஸ்எல்ஆர் சைக்கிளில் மாடர்ன் கேப் எதிரிலிருக்கும் மெரினா பேக்கரியில் சுடசுட கிடைக்கும் பொம்மை பிஸ்கட்டும் சால்ட் பிஸ்கட்டும் வெள்ளை நிற பட்டர் கவரில் பேக்கரியில் கட்டித்தர வாங்கிக்கொண்டு பின் பக்க கேரியரில் நான் பத்திரமாக பிடித்துக்கொள்ள நாவல்களை வாங்கிக்கொண்டு வந்து பாடபுத்தகத்தில் உள்ளே வைத்துக் கொண்டு நாவல்களை படிப்பது கண்டிப்பாக அப்பாவிற்கு தெரிய வாய்ப்பில்லை...

பட்டர் பொம்மை பிஸ்கட்டின் ருசி அப்பாவிடம் காட்டிக் கொடுக்காது...

இப்படியாக தான் வாசிப்பின் மீதான ஆர்வத்தை உருவாக்கியதும், அதை பற்றி விவாதிப்பதும் வீட்டை சுவாராசியப்படுத்தும்...

அம்மாவும் அக்காவும் குறுக்கெழுத்து போட்டியிலும்,ஆறு வித்தியாசங்கள் கண்டுபிடி என்பதிலும்

ஆர்வமாய் முடித்த பிறகு என் கையில் கிடைக்கும் புத்தகத்தை படித்து முடித்ததன் நீட்சி எனக்கு செலவுக்கு கிடைத்த காசில் புத்தகங்கள் வாங்குவதும் அதை வீட்டு டிரங் பெட்டியில் அடுக்கி கொள்வதும் விவரிக்கமுடியாத ஆனந்தமே... எனக்கு தெரிந்து இரண்டாம் வகுப்பு படிக்கும்போதே எழுத்து கூட்டி வாசிக்கும் ஆர்வத்தை எங்கள் வீட்டின் புத்தகங்கள் உருவாக்கியிருந்தன...

கவிஞர் மு.மேத்தாவின் புத்தகங்களும் பறவைகள்,விலங்குகள் குறித்த புத்கங்கள் அப்பாவின் டைரிகளோடு டிராயரில் இருக்கும்.. அப்பா வீட்டில் இல்லாத நேரங்களில் அந்த புத்தகங்களை அர்த்தம் தெரியாமல் வாசித்திருக்கிறேன்...

பள்ளிக்காலங்களில் மேடையில் கையில் ஒரு தப்பை கையில் பிடித்துக்கொண்டு இன்னொரு கையால் வாசித்துக் கொண்டு உரத்த குரலில் பாடும் அண்ணன் பெ.இரவிச்சந்திரன் என் பள்ளியின் முதல் ஹீரோ...

பின்னாளில் தராசு பத்திரிக்கையின் ரிப்போட்டராக அறிந்திருந்த போது ஒருநாள் காந்திசிலை அருகே தலையில் சிகப்பு துண்டு கட்டிக்கொண்டு பெரும் கூட்டத்தோடு போராடிக் கொண்டிருக்க போலிஸ் இவர்களை வளைத்து பஸ்ஸில் ஏற்றிக் கொண்டிருக்க திமிறி வெளியே வந்து படிகளில் தொங்கியபடி முழங்கிக் கொண்டிருந்தார்...

ஓவியத்தின் மீது தீராக்காதல் கொண்டிருந்தான் என் நண்பன் சுரேஷ்குமார்...ஆறாம் வகுப்பில் காலை ஐந்து மணிக்கு பீட்டர்தாமஸ் சார் டியூஷனில் சந்தித்த முதல் நண்பன்...நாளடைவில் இறுக்கமான நட்பு இன்று வரை தொடர்கிறது..நட்பில் அடிக்கடி முரண்கள் வந்தாலும் அதெல்லாம் அடுத்தமுறை நேரில் சந்திக்கும்போது பஞ்சாக பறந்திருக்கும்.. சுரேஷின் தெருவில் இருக்கும் விஜய் ஆர்ட்ஸ் தான் எங்களின் சரணாலயம்.. எங்களை விட மூத்தவனாக இருந்தாலும் நாளடைவில் விஜய் எங்களுக்கு வாடா போடா

பிரண்ட்ஸ் ஆனான்.. ஓவியம் வரைவதில் நேர்த்தியாளன்...ஓவியம்,நிறம் குறித்து விஜியும், சுரேஷும் விவாதிக்கும்போது ஆர்வமாக நானும் கேட்க நேரிடும்...அவர்கள் வரைவார்கள் எழுதுவார்கள் நான் வேடிக்கை பார்ப்பேன்...எங்களுக்கு எல்லா செலவையும் விஜய் பார்த்துக்கொள்வான்...அவனுக்கு வீட்டிலிருந்து வரும் சாப்பாட்டையும் சாப்பிட்டு விட்டு அங்கேயே காலம் கழித்திருக்கிறோம்..

புத்தாண்டில் புது டைரி வாங்கும் பழக்கம் விஜய்க்கு உண்டு.. வாங்குவானே தவிர அதில் எதுவும் எழுதுவதில்லை...

இது ஒவ்வொரு ஆண்டும் நடக்கும்...அடிப்படையில் அவன் இடதுசாரி சிந்தனையாளன்...கலை இலக்கியப் பெருமன்றத்தில் உறுப்பினர்...பெருமன்ற பாடல்களை பாடுவான்..ஒத்த மாடு செத்துப்போச்சு பாடலை பெருங்குரலெடுத்து பாடுவதும் அதற்கு அங்கிருக்கும் பெஞ்சில் தாளம் போட்டுக் கொண்டிருப்போம்... ஒரு நாள் அந்த டைரியை நாமே எழுதிவிடுவது என தீர்மானித்தோம்... கடையில் அன்றாடம் நடக்கும் விவாதங்கள், சண்டைகள், காதல், சினிமா,விஜய் வாங்கும்உடை, செருப்பு, குடிக்கும் டீ. அவன் உச்சரிக்கும் மொழி எல்லாம் கவிதைகளாக சுரேஷும் நானும் மாறி மாறி எழுதுவோம்..அந்த வருட டைரி கவிதைகளால் நிரம்பியிருந்தது..

திருவண்ணாமலையின் மிகப்பெரிய ஓவியக்கூடம் ஜெமினி ஆர்ட்ஸ்... அதன் உரிமையாளர் அண்ணன் நாகராஜன் அவர்கள்.. நண்பன் சுரேஷ் மூலமாக அறியப்பட்ட இங்குதான் ஓவியர்களாக அண்ணன் பெ.அன்பு அறிமுகம்.. இவரோடு இந்த கலைக்கூடத்தில் அறிமுகமானவர்கள் விஜய், ரவிவர்மா குமார், கார்த்திக் ஆர்ட்ஸ் கார்த்தி, ஓவியர் அ.கி.அரசு.

விஜய் தனியாக ஓவியக்கூடம் திறந்துவிட, அன்பு மற்றும் அவரின் சக ஓவியர்களும் வேலை நேரம்போக விஜய் ஆர்ட்ஸ்

வருவார்கள்... இடதுசாரி அமைப்பின் தோழர்களும் வருவார்கள்... அன்பு அவர்களும் பெருமன்றத்தின் மாவட்ட செயலாளராகியிருக்க விஜய் ஆர்ட்ஸ் எப்போதும் களைகட்டும்.. தராசு ரிப்போர்டர் பெ.ரவிச்சந்திரன் அவர்களின் தம்பி தான் பெ.அன்பு என்ற தகவல் அவர் மீதும் அவர்கள் சார்ந்த இயக்கத்தின் மீதான மரியாதை அதிமானது... தமுஎகசவின் தூண்களான தோழர் கருப்பு கருணா,தோழர் பவா செல்லதுரை ஆகியோரின் அறிமுகமும் விஜய் ஆர்ட்ஸ் கூடுகையில்தான்...இருபெரும் இடதுசாரி இயக்கங்களின் தோழர்கள் நட்பாய் கலக்கும் இடமாக இருந்தது.. தோழர் எஸ்கேபி கருணா டேனிஷ்மிஷனில் படிக்கும் போதிருந்தே அவரைத் தெரியும்..பாட்மிட்டன் விளையாடும் போது அவருக்கு பின்னால் நானும் நண்பர் அறிவுமணியும் பந்து பொறுக்கி போடுவோம்... எந்த பந்தாவும் இல்லாத பெரிய வீட்டுப்பிள்ளை...பின்னாளில் தமிழ் இலக்கிய சூழலில் தவிர்க்க முடியாத சக்தியாக உருமாறியிருந்தார்...

நாளடைவில் கலை இலக்கியம் மீதான ஈர்ப்பால் அவர்களோடு இணைந்து களப்பணியில் கிட்டதட்ட இருபத்தெட்டு ஆண்டுகள் கடந்திருக்கிறேன்..

இத்தனை ஆண்டுகளில் எத்தனை எத்தனையோ எழுத்தாளர்கள், கவிஞர்கள், சமூக செயற்பாட்டாளர்கள், பாடகர்கள், பாடலாசிரியர்களோடு நட்பாய் பழகும் வாய்ப்பும் நல்கியதும் பெருமன்றத்தால்தான்... இன்றும் அவர்கள் பெரும் புகழ் அடைந்தவர்களாக இருக்கிறார்கள்... அண்ணன் பாடலாசிரியர் அறிவுமதி,தோழர் கவிதாபாரதி, நடிகர் பொன்வண்ணன், பாடலாசிரியர் யுகபாரதி ஆகியோரின் நட்பும்... எழுத்தாளர்கள் தனுஷ்கோடி ராமசாமி, எழுத்தாளர் பொன்னீலன்,சொக்கலிங்கம் அண்ணாச்சி, ஹாமீம் முஸ்தபா, ஹெச்.ஜி, ரசூல்,மீரான் மைதீன், எஸ்.ஜே.சிவசங்கர் கு.ஜெயபிரகாஷ் ஆகியோரை படிக்க வைத்ததும், நட்பாக்கியதும் தமிழ்நாடு கலை இலக்கியப் பெருமன்றமே.

கல்லூரிக் காலங்களில் என் அறையில் என்னுடன் இருந்த நண்பன் ஷேக் கவிதை எழுதுவதிலும்,வரைவதிலும் ஆர்வலன்.. செல்ல சண்டைகள் நட்பில் இல்லாமலா இருக்கும்...நாங்கள் கோபமாய் இருக்கும் சூழலில் ஒரு நோட்டில் கவிதை எழுதி என் பக்கமாய தள்ளி விடுவான்.. நான் அதை படித்துவிட்டு பதிலுக்கு ஒரு கவிதை எழுதி அவன் பக்கம் தள்ளுவேன்...பத்து பதினைந்து கவிதைகள் எழுதிய பிறகு நாங்கள் எழுதிய கவிதைகள் எங்களை சமாதானப்படுத்தும்...

சகஜநிலைக்கு கொண்டு வரும்... இப்படித்தான் பல நேரங்களில் கவிதை எங்களை இணைத்தது...

காந்திசிலை மூலையில் உள்ள பழனி டீக்கடையான சங்கப்பலகையின் கூடுகையில்.. அண்ணன் டிவிஎம் நேரு அவர்களோடு அண்ணன் பெ.அன்பு,ஓவியர் இராமச்சந்திரன், இரா.ப.அண்ணாதுரை,பேராசிரியர் சு.பிரேம்குமார், கவிஞர் பழனிவேள் ஆகியோரின் அனல்பறக்கும் விவாதங்களை பழனி டீக்கடையின் தேநீரும், அவல்மிக்சரும் அடக்கும்.. பிறகு அடுத்த நாள் விவாதம்தொடங்கும்.. அவை பின்னாட்களில் தமிழ் சிந்தனை மரபு என்பதாக பயணப்பட்டது... தமிழகத்தின் மிகப்பெரிய ஆளுமைகளால் விவாதிக்கப்பட்டது... எம்மை வெகுவாக பண்படுத்தியது சங்கப்பலகையும்.. தமிழ்ச்சிந்தனை மரபும்..

இன்று இருபத்தைந்து ஆண்டுகால வரலாற்றை தாங்கி நிற்கும் திருவண்ணாமலைத் தமிழ்ச்சங்கத்தில் கடந்த பன்னிரெண்டு ஆண்டு காலமாக செயலாளராக சர்வசுதந்திரமாக செயல்பட வைத்த பெருமை தலைவர் அய்யா அருள்வேந்தன் பாவைச்செல்வியைச் சாரும்.. தமிழ்ச்சங்கம் ஆரம்பித்த காலம் முதல் சங்கத்தை சிறப்பாக வழி நடத்திய இனிய தோழமை சீனி.கார்த்திகேயன் அவர்கள்.. என் மேல் அதீத நம்பிக்கை வைத்து செயலாளராக்கிய பெருமை சீனி.கார்த்திகேயன் அவர்களுக்கே... இன்று வரை அவரின் நம்பிக்கையை காப்பாற்றுகிறேன் என்றே

நினைக்கிறேன்... தளர்ந்த நேரங்களில் என்னை ஊக்கப்படுத்தும் உண்மையாளர் அவர்... தமிழகத்தின் மிகப்பெரிய ஆளுமைகளை அழைத்து நிகழ்வுகள் நடத்திட இடம் கொடுத்து அன்றும்.. இன்றும்.. என்றும்.. உங்களுடன் நான் இருக்கிறேன் என்று சொல்லும் அண்ணன் சி.எஸ்.துரை. சங்க நிகழ்வில் தோள்கொடுக்கும் பேராசிரியர் சாந்தமூர்த்தி, பூவேந்தரசு,அலிமுகமது,தளபதி சல்மான், மா.க.சிவக்குமார் ஆகியோரின் பங்கு அளப்பாரியாதது... கவிஞர் அண்ணன் எதிரொலிமணியன் தன் கவிதைகளோடு, அரசியலும் பழக்குகிறார்..

குமாரும், சிறகன் சல்மானும் பறவைகளின் வாழ்விற்கும் நமக்குமான தொடர்பை ஆராய்ந்து ஆச்சரியப்படுத்துகிறார்கள்... எழுதித் தொலைடா என்ற தோழர் கருப்பு கருணா... தன் திறமையால் தன்னை செதுக்கி கொண்ட மண்ணின் அடையாளம் தோழர் பவா செல்லதுரை.. பால பாடம் கற்றுத் தந்த அண்ணன் பெ.அன்பு பள்ளி பருவத்தில் இருந்தே நான் காதலிக்கும் தோழர் எஸ் கே பி கருணா.. எப்போதும் எனைத்தேற்றும் சீனி கார்த்திகேயன் திருவண்ணாமலை தமிழ் சங்க செயலாளராக்கி சர்வ சுதந்திரம் கொடுத்து செயல்பட வைத்த அய்யா அருள்வேந்தன் பாவைச்செல்வி... என்னை உடைத்து எறிந்த கவிஞர் பழனிவேல்... தினம் சங்கப் பலகையில் சங்கமித்து இலக்கியத்தை தினம் அலசும் அண்ணன் டிவிஎம். நேரு, அறிவுப்பெட்டகங்கள் ஓவியர் இராமச்சந்திரன், இரா.ப.அண்ணாதுரை பேராசிரியர் சு.பிரேம்குமார் நான் எழுதியதை படிக்கும் முதல் வாசகி என் மனைவி ஷர்மிளா.. படித்ததை ரசித்து உற்சாகமாய் பேசும் மகள் ரேஷ்மா... எழுதியே தீரனும் என்ற கு.ஜெயப்பிரகாஷ்.. எப்படியாவது எழுதுங்க என்ற ச.அலிமுகமது ஆகியோர் தான் புத்தகம் எழுதக் காரணம்.. தட்டச்சு செய்யும்போது என் கதைகளை படித்து அந்த இடத்திலேயே சிலாகித்து தன் வாழ்வியல் நினைவுகளை எங்களோடு பகிர்ந்த அ.பாக்யா அவர்களுக்கு நன்றிகள் பல..

நினைத்தாலே முக்தி தரும் திருவண்ணாமலையிலிருந்து தான்சார்ந்த தலைமை நினைப்பதற்கு முன்பே சக்தி தந்து தொலைநோக்குப் பார்வையோடு தமிழகத்தின் மூலைமுடுக்கெல்லாம் தன் சீரிய பணியால் நம் நிலத்தின் பெருமை சேர்க்கும் மாண்புமிகு பொதுப்பணித்துறை அமைச்சர் அண்ணன் எ.வ.வேலு அவர்களின் தமிழ்ப்பணியும்.. எள்ளவும் பிசகாது அவரின் அளப்பறியா பணிக்கு உற்ற துணையாக இருக்கும் திராவிட முன்னேற்றக் கழக மாநில மருத்துவர் அணி துணைத் தலைவர் மருத்துவர் எ.வ.வே.கம்பன் ஆகியோரின் உழைப்பை வெறும் வார்த்தைகளால் கடந்துவிட முடியாது...

இப்படியான மன அசைவுகள் வெறும் வார்த்தைகளாகவே காற்றில் கரைந்திருக்க...நினைவுகளை எழுதுவதற்கான காலம் கனிந்திருக்கிறது...

சாப்ஜி கமால் காதர்ஷா

சாமி சவுண்ட் சர்வீஸ்	24
தண்டபாணி ஜோசியர்	36
தேடல்	46
கோம்பி	60
வெளிச்சம்	74
வாட்ச்	88
காரி பிஸ்கெட்	102
நேற்று, இன்று, நாளை?	112
பாதாள சொரடு	122
ஜென்மேரி	130

"இன்பம் என்றால்
என்னவென்றே
பலருக்கும் தெரியாது.
அது பொன்னால் கிடைப்பதல்ல..
புகழால் கிடைப்பதல்ல..
தன்னை அறிதலில் ஓர் இன்பம் இருக்கிறது பாருங்கள்
அந்த இன்பமே உயர்வானது."

–ஜெயகாந்தன்–

சாமி சவுண்ட் சர்வீஸ்

இந்த மார்கழி காலை பனி ஒத்துக்கிறதேயில்ல..

உடம்பு அப்படியே உறைஞ்சு போயிடுது...காலையில வேலைக்கு வாடான்னா சீக்கிரமா எங்க வரானுங்க..கழுத்து மப்லர் கட்டினா கொஞ்சம் இதமாக இருக்கு..

இதுவும் இல்லனா இந்த சைக்கிளை யாரு மிதிக்கிறது முன்பக்க ஹேண்டில் பாரில் எஸ்.கே.சாமி என்று எழுதிய நான்கு புனல்களும் பின்பக்க கேரியரில் ஆம்பிலிபயரும் கட்டிக்கொண்டு முன்பக்க பாரில் முருகேசனை உட்கார வச்சுக்கினு சைக்கிளை எம்பி எம்பி முனகிக்கிட்டே ஓட்டிக்கொண்டிருந்தார் செல்வராஜ்..

தென்பெண்ணை ஆற்றின் இரு கரையினை சுற்றியுள்ள அனைத்து கிராமப்பகுதியிலும் சாமி சவுண்ட் சர்வீஸ் செல்வராஜ் (எ) எஸ்கே சாமியை தெரியாமல் இருக்க வாய்ப்பே இல்லை..

ஊர்களில் நடைபெறும் எல்லா நல்லது கெட்டது நிகழ்விலும் இவர் இருப்பார். அதற்கு காரணமும் இருக்கிறது..கோவில் விசேஷங்கள், சந்தனக்கூடு உரூஸ் போன்ற விழாக்களில் அடிக்கும் நோட்டீஸ் பத்திரிக்கை அனைத்திலும் ஒலி, ஒளி அமைப்பு எங்கள் வீட்டுப்பிள்ளை செல்வராஜ் எஸ்கே சாமி சவுண்ட் சர்வீஸ் என்று அச்சடித்திருப்பார்கள்..

சுத்துபட்டு எல்லா ஊர்களிலும் எல்லா குடும்பங்களின் வகையறா வரை தெரிந்து வைத்திருப்பார்.. மகேந்திரா ஜீப்பில் நோட்டீஸ்களை முருகேசன் வாரி இறைத்துக் கொண்டிருக்க,

டிரைவர் சீட்டில் செல்வராஜே ஓட்டிக் கொண்டிருந்தார்.. மைக்கில் தக்காவில் உரூஸ் சந்தனக்கூடு முன்னிட்டு நாளை நாகூர் ஹனிபாவின் கவ்வாலி நிகழச்சி நடைபெறுகிறது..

அனைவரும் வருக.. இப்படிக்கு ஹாஜி முகமது அவுலியா தர்கா உரூஸ் கமிட்டி என்பதை ஒருவர் விளம்பரப்படுத்த... நோட்டீஸ் வாங்க ஜீப்புக்கு பின்னால் குழந்தைகள் ஓடிக்கொண்டிருந்தனர்.

கியாரே அய்ஸா கர்தா என்று உருதுவை சரளமாக பேசுவார் செல்வராஜ்.. ஆட்கள் ஜீப்பிலிருந்து டியூப்லைட் பெட்டிகளை இறக்கிக் கொண்டிருந்தனர்..

சந்தனக்கூடு திருவிழா களைகட்டி இருந்தது ஊர் முழுக்க கச்சேரிக்காக நீண்ட புனல் கொண்ட ஒலிபெருக்கி மற்றும் சாலை முழுதும் டியூப் லைட் கட்டப்பட்டு அதற்கான தயாரிப்பு வேலைகள் மும்முரமாக நடக்க.. அந்த வழியே போவோர் வருவோர் அவரிடம் நலம் விசாரிப்பதும் இவர் அவர்களிடம் கிண்டலடிப்பதும் வேடிக்கையாக இருக்கும்.

இந்த தக்கா ஊர் என்பதே இஸ்லாமியர் வாழும் பகுதி... பெரும்பான்மையான மக்கள் அரேபிய நாடுகளில் வேலை பார்க்க.. மீதமுள்ளோர் விவசாயிகள்..

விழாக்காலங்களில் விடுமுறைக்கு வருபவர்கள் செல்வராஜ் அவர்களுக்கு ஏதாவது ஒரு பொருள் வாங்கிக் கொண்டு வந்து தருவார்கள்..

வீட்டுக்கு பொருள்கள் வாங்கும் போது அவருக்கும் சேர்த்து ஏதாவது ஒரு பொருள் வாங்கி வைத்து விடுவார்கள் அதற்கு காரணமும் உண்டு..

வெளிநாட்டு வேலை பார்க்கும் அனைவரும் தொடர்பு கொள்ளும் ஒரே மனிதர் சாமி(எ) செல்வராஜ்.. அவரிடம் தொலைபேசியிலோ கடிதம் மூலமாக தொடர்பு கொண்டு தன் தாய் தந்தையருக்கோ, தங்களுடைய உறவினருக்கோ ஏதாவது

உதவி தேவைப்பட்டால் அவரிடம் சொன்னால் எந்த பிரதிபலனும் எதிர்பார்க்காமல் ஓடி வந்து உதவி செய்வார்... அப்படிப்பட்ட நல்ல உள்ளம் படைத்தவராக இருந்தார் செல்வராஜ்.. அந்த ஊர் மக்கள் அவர்கள் வீட்டின் ஒரு பிள்ளையாகவே பார்த்தனர்..

பெரும்பாலும் விவசாயிகளாக இருப்பதால் மோட்டார் பம்பு பழுதானால் அவருக்கு ஆள் போய்விடும்.. அந்த பகுதியின் விவசாயம் முழுக்க இவரை நம்பி இருந்தது..அதற்கு கூலி வாங்கமாட்டார்..

அறுவடை காலங்களில் விளையும் பயிர் எதுவாயினும் கட்டை வண்டியில் ஏற்றப்பட்டு அவர் வீட்டு வழியாகத்தான் கமிட்டிக்கு செல்லும்.. அவரின் பங்கு மூட்டைகளாக கட்டப்பட்டு விளையும் எந்த பயிராயினும் வண்டியில் ஏற்றப்பட்டிருக்கும்.. அது அவர் வீட்டு அருகில் நிறுத்தப்பட்டு தள்ளி விட்டு சென்று விடுவார்கள்..

மக்களிடம் பணம் இல்லா காலங்களில் அவர்களின் விவசாயம் சீராக நடக்க எந்த பிரதிபலனும் பார்க்காமல் செய்யும் உதவிக்கு இப்படியாக நன்றிக்கடன் செய்வதே ஊர்மக்களின் மரியாதையாக இருந்தது..

சந்தனக்கூடு திருவிழா என்றாலே இந்த பகுதியில் பிரசித்தம்..அதுவும் கவ்வாலி கச்சேரிக்காக கூடும் அனைத்து மக்களுக்கும் புலாவ் தால்சா சுட சுட தயாராகும்... புலாவின் வாசனை ஊர் முழுக்க காற்றோடு கலந்து பசியை கிளப்பி சுண்டி இழுக்கும்...மக்ரீப் தொழுகை முடிந்தவுடன் தரையெல்லாம் வைக்கோல் பாய் போல் பரப்பிவிட எல்லோரும் வரிசை கட்டி அமர மந்தார இலை வாசனையோடு அதன் மேல் புலாவ் தால்சா பரிமாற எத்தனை ரவுண்டு உள்ளே போகும் என்று கணிக்கவே முடியாது..அவ்வளவு ருசி ..குழந்தைகள் உண்டது போக மந்தார இலையின் நான்கு பக்கமும் மடித்து இலாவகமாக வீட்டுக்கு எடுத்து செல்ல தயாராகிவிட்டார்கள்...

இலைகள் எடுக்கப்பட்டு அடுத்த பந்திக்கு இலைகள் போடப்பட புலாவும் தால்சாவும் காலியாகிக் கொண்டிருந்தது..சாப்பிட்ட இலைகள் ஏரிக்குள் கொட்ட நாய்கள் சமரசமில்லாமல் சண்டையிட்டுக் கொண்டே தால்சா புலவுசோறு பிசைந்த மிச்சங்கள் உண்பதில் அவர்களுக்கான பெரும் கலவரம் அடங்கியபாடில்லை..

கவ்வாலி கச்சேரி துவங்குவதற்கான மேடை தயாரிப்பு எங்கள் பகுதியில் பிரசித்தம்..திருவிழாக்களில் மேடை போடப்பட்டு உள் பக்கம் வெள்ளை துணி கட்டப்பட சுற்றி கலர் துணிகளால் பார்டர் கட்டி இருக்கும்..

இந்த வழக்கம் இங்கே பின்பற்றாமல் மேடையின் மேல் கூரையில் ஊர் முழுக்க எல்லா வீடுகளிலிருந்தும் தரமான வெளிநாட்டு புடவைகள் கலர்கலராக வாங்கிக் கொண்டு வந்து தரப்படும்.. அந்த புடவைகளை பிரித்து நீள வாட்டத்தில் மேற்கூரையில் குறுக்கே கட்டப்பட்ட பல வண்ணச் சேலைகளின் அணிவகிப்பாய் மேடையே மின்னொளியில் மின்னும்..

நாகூர் அனீபா அவர்களின் இசை வாத்தியங்களை மேடையில் இசைக்கலைஞர்கள் பொருத்திக் கொண்டிருக்க மேடையின் கீழே ஹலோ மைக் டெஸ்டிங் என்று மைக்குகளின் தரப்பரிசோதனை செய்து கொண்டிருந்தார் செல்வராஜ்..

இரண்டு மகன்கள்,ஒரு மனைவி ஒரு மகள் என குதுகலமான குடும்பம்..மகன்களும் மருமகனும் இவரோடு உதவியாக இருக்க.. தன் பணியை தொய்வில்லாமல் செய்து கொண்டிருந்தார்..

எப்போதும் யாரையும் கடிந்து கொள்ளாத சுபாவம் கொண்டவராக இருக்கீங்களே எப்படிண்ணே என்று முருகேசன் கேட்கும் போதெல்லாம் நல்லதே நினைச்சா நல்லதே நடக்கும்பா..என்று செல்லமாக முதுகில் தட்டுவார்...எனக்கு யார் மேலயும் கோபம் வராததற்கு காரணம் இருக்கு..நான் எப்பவுமே

எதிராளி மனநிலையிலிருந்து பார்ப்பேன் அப்ப அவங்க ஏதோ ஒரு காரணத்தால் தான் இந்த தப்பு செஞ்சி இருப்பாங்க அப்படினு யோசிப்பேன்.

அதனால அவங்க மேல எனக்கு கோபமே வராது அதுக்கு பதிலா அவங்க பிரச்சனைய எப்படி தீக்குறதுன்னு தான் யோசிப்பேன் அதனாலதான் எனக்கு கோவம் வர்றதே இல்லன்னு சொன்ன செல்வராஜை திகைத்து பார்த்துக் கொண்டிருந்தான் முருகேசன்...

தந்தை இழந்த இவனுக்கு படிப்பேறலனே..இவன உங்க கூட வச்சுகங்க என்று இவனுடைய தாய் இவரிடம் விட்ட நாளிலிருந்து இவரின் நிழலாக சுற்றிக் கொண்டிருந்தான்.. மகன்களின் ஒத்த வயது என்பதால் இவனையும் ஒரு மகனாகவே பாவிப்பார்..

தன் கஷ்ட நஷ்டங்கள், சுகம், துக்கம், தேவை, வளர்ச்சி குறித்து தன் மனைவி மக்களை விட இவனிடம் தான் விவாதிப்பார்.. அந்தளவுக்கு அவரின் இதயத்திற்கு நெருக்கமான விசுவாசியாக இருந்தான்..

டேய் முருகேசா அந்த நாலு மைக்கையும் மேடையில ஸ்டாண்டுல போடு..நல்லா கீழ எறக்கி வையி...என்றவரிடம் எல்லா வேலயும் கனகச்சிதமா பண்ணிட்டேண்ணே...

என்றவனிடம் ஆமா சின்னவன் வந்துட்டானாடா.. இல்லைண்ணே அவரும் வாசு மாமனும் அக்காவ கூட்டிக்கினு ஆஸ்பத்திரிக்கி போயிருக்காங்க..காட்டிட்டு அக்காவ வீட்ல விட்டுட்டு வரனு சொல்லியிருக்காங்க...காலையில போனாங்க இப்ப வர நேரந்தான்..

சரி சரி வந்தா ஒருத்தர ஜெனரேட்டர்கிட்டயும் மாப்பிளைய மிக்சர் போர்ட்லயும் உட்கார வையி..நான் போயி எல்லா லைனையும் செக் பண்ணிட்டு வரேன்..சைக்கிள் எடுத்து புறப்பட்டார் செல்வராஜ்..

மகள் மலர் என்றால் உயிர்..

செல்வராஜுக்கு திருமணமாகி இரண்டாண்டுக்கு பிறகு பிறந்தவள் மலர்...மகள் தன்னோடே இருக்க வேண்டும் என்பதால் அக்கா மகன் வாசுக்கே மகளை கட்டிக் கொடுத்து வீட்டோட மாப்பிள்ளையாக்கி தன் தொழிலிலேயே வைத்துக் கொண்டார்..

ஏம்பா ஆஸ்பத்திரி போய் வந்தாச்சா.. என்ன சொன்னார் டாக்டரு.. குழந்தை தல பெருசா இருக்கு.. பெரிய ஆபரேசன் தான் பண்ணனும்..நாளைக்கு தான் தேதி.. வலி வந்தா பாருங்க.. இல்லண்ணாலும் நல்ல நேரம் பாத்து ஆபரேஷன் செஞ்சிடலாம்னு சொன்னாங்க மாமா.. இருபது இருபத்தஞ்சி ஆகும்னாங்க மாமா..என்னப்பா இப்படி சொல்லிட்ட.. ஏழுமலயானே..என் பொண்ணுக்கு எந்த பிரச்சனையும் இல்லாம காப்பாத்துப்பா தன் செருப்பை கழற்றி விட்டு திசை நோக்கி வணங்கிக்கொண்டிருந்தார் சாமி(எ) செல்வராஜ்.

காலையில புஷ்பா சொன்னா மலருக்கு இன்னைக்கோ நாளைக்கோனு இருக்கு.. தலப்பிரசவம் நீங்களும் மாப்பிளையும் கிட்டவே இருந்தா கொஞ்சம் தைரியமா இருக்கும்.. வேலைக்கு பசங்க போகட்டும்.. இல்லம்மா 17 வருசமா நான் போயித்தான் சந்தனக்கூடு உரூஸ் வேலை பார்ப்பேன்..அது சரிபட்டு வராது..அஞ்சு கிலோமீட்டர் தான சைக்கிள்ள ஆள விட்டு சொன்னா வந்துடப்போறேன்...பிரசவ செலவுக்கு பணம் வேணும்.. கச்சேரி முடிச்சிட்டு கணக்கு முடிச்சிக்கினு வரேன்..கையில் இருந்த காசுல நாகூர்அனீபா பாடுறதுக்கு தோதா மைக்கும் ஸ்பீக்கரும் வாங்கிட்டேன்.. அதனால் நான். போனாத்தான் சரிபட்டு வரும்.. மனைவியிடம் காலையில் பேசியதை அசை போட்டுக்கொண்டிருக்க...

விழாக்குழு தலைவர் தஸ்தகீர் கழுத்தில் கைபோட்டு முதல்ல சாப்பிட்டு வேலய பாரு..நானும் சாப்பிட போறேன் வா போலாம்..ஆபா ஜாய்ங்கே என்று உருதில் பேசிக்கொண்டே

புலவு தால்சா மணம் நாசி துளைக்க உணவு கூடத்தை நெருங்கி கொண்டிருந்தனர்...

ஊரெங்கும் மணம் வீசும் புலவ் தால்சா உணர்வற்று உள்ளே செல்கிறது.. வாசு சொன்னதே உழன்றுக் கொண்டிருந்தது. தலப்பிரசவம்.. பெரிய ஆபரேசன்.. பணம் வேணும்.. நாளைக்கு வேலை முடிஞ்சதும் நம்ம ஜீப்லயே ஆஸ்பத்திரிக்கி போயிற்லாம்.. மனம் பாரமாகியதால் உண்ணாமல் பிசைந்து கொண்ட இருக்க..

ஏன் சாமி இலையில போட்ட சாப்பாடு சாப்பிடாம என்ன அப்படி என்ன யோசனை.. தஸ்தகீர் கேட்க இல்ல தலைவரே பொண்ணுக்கு தலப்பிரசவம் ஆபரேசன்னு சொல்லிட்டாங்க.. அதான் குழப்பமா இருக்கு.. காலையில சீக்கிரமா பணம் செட்டில் பண்ணா அவள் பிரசவத்துக்கு கூப்பிட்டுனு போவேன்...சாமி உரூஸ்க்கு வந்த வசூல் பணத்துல எப்பவுமே வர்ற பணத்தை எல்லாருக்கும் தனிதனியா கட்டி வச்சிருவேன்..காலையில வாங்கிக்கோ..உன் நல்ல மனசுக்கு எல்லா நல்லபடியா நடக்கும்..

கவலைப்படாதே.. ஆறுதல் வார்த்தைகளால் சற்று ஆசுவாசமடைந்த செல்வராஜ் கச்சேரி மேடை நோக்கி நகர்ந்துக் கொண்டிருந்தார்..

சுத்துபட்டு ஊர்களில் இருந்து வந்த கூட்டம் அலை மோதுகிறது.. நாகூர் அனீபா மேடைக்கு வர பெருத்த கைத்தட்டல் விசிலோடு அவரை வரவேற்க...இசைக்கலைஞர்கள் ஒவ்வொரு கருவியையும் டியூன் செய்துக் கொண்டிருக்க.. அஸ்ஸலாமு அலைக்கும் என்று வணக்கத்தை சொல்லிவிட்டு பிஸ்மில்லா என்று ஆரம்பம் செய்யுங்கள் என்ற பாடலோடு ஆரம்பித்திருந்தார்...

ஒவ்வொரு பாடல் முடிந்ததும் பாடலை பாராட்டி தங்களின் மகிழ்ச்சியின் வெளிப்பாடாக பணப்பரிசினை வழங்கிக் கொண்டிருந்தனர்... பாடிக்கொண்டிருந்த அனீபா

பாடல் முடிந்ததும் திடீரென பேச ஆரம்பித்தார்..நான் கிட்டதட்ட 17 வருஷமா இந்த ஊருக்கு வர்றேன்.. இந்த சவுண்ட் சர்வீஸ்கார தம்பி செல்வராஜ் மைக், ஸ்பீக்கர் எல்லாம் மார்கெட்ல புதுசா எது வந்தாலும் வாங்கி வச்சிறாரு,நான் பாடுறதை மிக துல்லியமாக உங்ககிட்ட போய் சேர்றதுக்காக அவரு மெனக்கெடறத பார்க்கிறேன்.. இந்த ஊருக்கு வர்றேன்னா முதல்ல தம்பி செல்வராஜுதான் ஞாபகத்துக்கு வருவாரு.. அவ்வளவு பிரியமான தம்பிக்கு ஒரு பரிசு தரனும்னு ஆசப்பட்டேன்..

பாக்கெட்டிலிருந்து வெல்வெட் சுருக்கு பையை எடுத்து கொண்டே மைக்கில் தம்பி செல்வராஜ் எங்கிருந்தாலும் மேடைக்கு கொஞ்சம் வாங்க என்று அழைக்கிறார் கீழே அமர்ந்து கொண்டிருந்த செல்வராஜ் வேகமாக மேடைக்கு சென்று கொண்டிருக்க...ஊர் மக்களின் ஆரவாரம் விண்ணை பிளக்கிறது...

ஒரு மனிதனின் அங்கீகாரம் என்பதே தான் கடவுளாக நேசிக்கும் தொழிலின் நேர்மைக்கு கிடைக்கும் பாராட்டைத்தானே..

கவலையுடன் அமர்ந்திருந்த செல்வராஜ் அனீபாவின் பாராட்டுகளில் திளைத்திருந்தார்.. வசிஷ்டர் வாயால் வாழ்த்து.. தன் வாழ்நாள் சாதனையாக எண்ணிக்கொண்டிருந்த அதே வேளையில் நாகூர் அனீபா ஏழு கட்டை உச்சஸ்தாயில் பாடிக்கொண்டிருந்தார்...

கச்சேரி முடிந்து காலை ஊரே உறங்கிக் கொண்டிருக்க ஆட்கள் ஒலிபெருக்கி பொருட்களை ஏற்றிக்கொண்டிருந்தனர்..

டேய் முருகேசா எல்லாத்தையும் செக் பண்ணி சீக்கிரம் ஏத்து பாப்பாவ ஆஸ்பத்திரிக்கு கூட்டிட்டு போகனும்..நான் தலைவர் வீட்ல பணம் வாங்கிட்டு வரேன்.. என்று சொல்லிக்கொண்டே சைக்கிளில் சென்றுக் கொண்டிருந்தார் செல்வராஜ்..

அண்ணே..அண்ணே குரல் வந்த திசையில் ஆசிப் ஒடிவந்துக் கொண்டிருந்தான்...சைக்கிள் நிறுத்திய செல்வராஜ் கியாரே கய்சா ஹை..என்று வழக்கமான பாணியில் கேட்க..உங்கள் பாக்கத்தான் வந்தேன்னே..

எனக்கு வெளிநாட்டுக்கு போக விசா வந்துடுச்சி..நாளைக்கு பணத்தை திருச்சியில ஏஜண்ட்கிட்ட கட்டணும்..அதான் உங்கள் பார்க்க வந்தேன்னே.. ஒரு கனம் ஸ்தம்பித்து நின்றுக்கொண்டிருந்தார் செல்வராஜ்..

தென்பெண்ணை ஆற்றுக்கரையோரம் தன் நண்பன் பஷீர் மற்றும் அவரது மனைவியோடு சைக்கிள் தள்ளிக் கொண்டே.. ஆத்துல வெள்ளம் போகுதுடா..இரண்டு கரைய ஒட்டி தண்ணி போகுதுடா.. நீங்க நம்ம வீட்ல தங்கிட்டு போங்க..தண்ணி வடியட்டும்..ஏம்மா நீயாவது சொல்லேம்மா..நீயும் இவனோட சேர்ந்துட்டு பிடிவாதம் பிடிக்கிற..இல்லண்ணே ஆசிப் வீட்ல இருக்கான்..ஒத்த புள்ள சாப்பாடு செய்ஞ்சு தரணும்..மதியம் வந்துடப்போறமேனு புள்ளய வீட்டில் விட்டுட்டு சொந்தகாரங்க கல்யாணத்துக்கு வரிச வைக்க நகை வாங்க வந்தேன்..இப்படி வெள்ளம் வந்துடுச்சி..ஆத்துல பரிசல் வரும் அத புடிச்சிகினு வீடு போயி சேந்துர்ரண்ணே...

பஷீரும் செல்வராஜூம் உயிர் நண்பர்கள்.. எந்த விஷயமும் செல்வராஜை கேட்காமல் செய்யமாட்டான்.. நகமும் சதையுமான நட்பு பள்ளிகாலத்தில் தொடர்ந்த நட்பு பேசிக்கொண்டே கரையின் ஓரம் வரை ஆர்பரித்து செல்கிறது வெள்ளம்..

டேய் இதில் எப்படிடா பொம்னாட்டிய கூப்பிட்டுனு போவ பேசாம வீட்டுக்கு வா அப்புறமா போகலாம்..பரிசல்ல போக வாய்ப்பே இல்ல..அண்ணே புள்ளய தனியா விட்டுட்டு வந்துட்டேண்ணே..புள்ள என்ன பண்ணுதோ பஷீரின் மனைவி புலம்பிக்கொண்டே இருக்க. என்ன செய்வதென்று தெரியாமல் கரையின் ஓரம் திகைத்து நின்றுக்கொண்டிருக்கிறார்கள்..

ஆற்றின் கரையோர நில வரப்புகளில் மேய்ந்துக்கொண்டிருந்தன மாடுகள்..

தூண்டிலில் மீன்கள் மாட்டிய சந்தோஷத்தில் ஆற்றில் தூண்டில் போட்டு மீன் பிடித்த சிறுவர்கள் ஆர்வமாக கூச்சலிட்டும், சப்தமிட்டும் ஒடிக்கொண்டிருக்க, சப்தத்தில் மிரண்ட மாடுகள் கரை நோக்கி ஒடி நின்று கொண்டிருந்த பஷீரின் மனைவி மேல் முட்ட ஆற்று வெள்ளத்தில் தலைகுப்புற அலறலோடு விழ.. மனைவியை காப்பாற்ற பஷீரும் குதிக்க கண்ணிமைக்கும் நேரத்தில் தன் நண்பனையும் அவன் மனைவியையும் வெள்ளத்திற்கு காவு கொடுத்துவிட்டு அய்யோ அய்யோ காப்பாத்துங்க என்ற அலறலோடு கரை ஓரம் ஓடுகிறார்.. கை மீறிவிட்டது.. தன் கண் எதிரிலேயே தன் நண்பனையும் அவன் மனைவியையும் இழந்து பித்துபிடித்தவன் போல ஓலமிட்டு கதறுகிறார் செல்வராஜ்..

எவ்வளவுபா கட்டணும்..இருபத்தாஞ்சாயிரம் கட்டணும்.. நண்பனும் அவன் மனைவியும் வெள்ளத்தில் சென்ற பிறகு ஆசிப்பை மிக கவனமாக பார்த்துக்கொண்டார்..அவனை பஷீரின் இடத்திலிருந்து காக்கிறார்.. ஆசிப்பு எந்த உதவியா இருந்தாலும் தயங்காம கேளு.. நான் செய்யறேன்.. அப்பா அம்மா இல்லனு கவலபடக்கூடாது..நான் இருக்கறன்டா உனக்கு..என்ற ஆறுதல் வார்த்தைகள் நினைவுக்கு வர.. ஒரு முடிவுக்கு வந்தவர் தலைவர் கொடுத்த பணத்தையும் நாகூர் அனீபா கொடுத்த பணமுடிப்பையும் ஆசிப்பிடம் கொடுத்துவிட்டு உடனே போயி பணம் கட்டு..எல்லாம் நல்லபடியாக நடக்கும் என்று வாழ்த்த ஜீப்பில் பொருட்களை ஏற்றி வந்த முருகேசன் தன் முதலாளியை திகைப்பாய்ப் பார்க்கிறான்..

முதலாளி அக்காவ ஆஸ்பத்திரியில சேக்கனும், நீங்க பாட்டுக்கு எல்லா பணத்தையும் எடுத்து கொடுத்தீட்டிங்க.. இப்ப பணத்துக்கு என்ன செய்வீங்க... கனத்த மௌனம்.. எல்லாத்தையும் அல்லா பார்த்துப்பாரு... வா போகலாம்.. என்ற

செல்வராஜ் ஜீப்பின் டிரைவர் சீட்டில் அப்பனே.. ஏழுமலயானே.. என்று அமர்ந்து வேகமாக வண்டியை கிளப்ப முருகேசன் சைக்கிளில் பின் தொடர்ந்தான்...

தென்பெண்ணை ஆற்றில் மணலில் இறங்கி வேகமாக அழுத்தி வண்டி செல்ல எதிரே மாப்பிள்ளை வாசு தன் சைக்கிளை மணலில் உந்தி தள்ளிவிட்டு ஜீப்பை நோக்கி ஓடிவர...பதற்றத்தில் ஜீப்பை நிறுத்தி டிரைவர் சீட்டில் இருந்து கீழே மணலில் குதிக்க..மாமா மலருக்கு வலி எடுத்துடுச்சி அப்புறம் என்னன்னு சீக்கிரம் சொல்லுப்பா.. பதட்டமானார் செல்வராஜ்..

மருத்துவச்சி ஆயா வந்துச்சி வீட்டிலயே சுகப் பிரசவம் ஆயிடுச்சி மாமா.. ஆம்பள பையன்.. நீங்க தாத்தாவாயிட்டீங்க...

தென்பெண்ணை ஆற்றின் மணலில் கண்மூடி சாஷ்டங்கமாக பெருமாளே என்று நெடுஞ்சாணாக விழ... ஆற்றில் அடித்துச்சென்ற பஷீரும் அவன் மனைவியும் செல்வராஜை எல்லாம் வல்ல இறைவன் காப்பாற்றுவான் என அசரீரி போல் காதில் ஒலித்துக்கொண்டிருக்க...ஆற்றின் ஓரம் ஓடும் நீரில் மீன்கள் சலசலவென்று ஓடிக்கொண்டிருந்தன..

━━━━━

"என்றும் நினைவில் கொள்
மனிதனாகப் பிறந்தவன்
பயனின்றி அழியக்கூடாது"
–காரல் மார்க்ஸ்–

தண்டபாணி ஜோசியர்

இங்க தண்டபானி ஜோசியர் வீடு எங்க இருக்கு...

மேற்க போனா ஒரு புளியமரம் வரும்... அது பக்கத்துல சின்ன ரோடு வரும்... அதுல நேரா போனா பத்தாவது வீடு, பெரிய திண்ணையோட நாட்டு ஓடு வேஞ்ச வீடு வரும், அதுதாங்க அவரு வீடு என்று ஒரே மூச்சில் பதில் சொன்னவரை கண்களில் விரிய பார்த்தார் பன்னீர்செல்வம்..

வேகமாக தன்னுடைய கருப்பு கலர் பியட் பத்மினி காரிலிருந்து இறங்கி ரொம்ப நன்றிங்க என்றவர்.

"ஆமா கேட்டவுடனே கடகடனு ஒப்பிக்கறீங்க.."

"உங்கள் மாதிரி தினம் இங்க வரவங்க கேக்கறாங்க.. சொல்லி சொல்லி பழக்கமாயிடுச்சி".. என்ற உரையாடல் ஊடே பன்னீர் உடன் வந்த நண்பர்கள் நான்கு பேரும் காரிலிருந்து இறங்கி தங்களை ஆசுவாசப்படுத்திக் கொண்டிருந்தனர்...

பன்னீர்செல்வம் நண்பர்களை பார்த்து பன்னீர் என்றழைக்க நால்வரும் திரும்பி பார்க்க அந்த கடைக்காரரிடம் எல்லாரும் என் நண்பருங்க..

இதில் விசேஷம் என்னன்னா எங்க அஞ்சுபேரு பேரும் பன்னீர்செல்வம் தான்.. என்று சிரித்த பன்னீரை ஆச்சரியத்தோடு பார்த்த கடைக்காரருக்கு வணக்கம் சொல்லிவிட்டு, கார்

ஜோசியர் வீடு நோக்கி நகர்ந்து கொண்டிருந்தது...

விபூதியும், சந்தனமும், சம்பங்கி பூக்களின் வாசனை கலந்த மணம் நாசிதுளைக்க ஜோசியர் வீடு தெய்வீகம் கமழ வரவேற்றுக் கொண்டிருந்தது..

ஒரு மெல்லிய தேகம் நெற்றி நிறைய திருநீரோடு அமர்ந்திருக்க இவர்களின் வணக்கம் சாமி என்ற குரலுக்கு கைகூப்பி பதில் வணக்கத்தோடு சைகையில் எல்லோரயும் அமரச்சொல்ல.. அனைவரும் அமர்ந்து அவரையே ஒரு அமைதியோடு பார்த்துக்கொண்டிருந்தனர்...

என்ன ஜோசியம் பாக்கனுமா...

கோரஸாக ஆமாங்க என்றனர் ஐந்து பன்னீர் செல்வங்களும்...

வகுப்பறையில் வீட்டுபாடம் எழுதி மேசையில் அடுக்கும் மாணவர்கள் போல ஐந்து ஜாதக புத்தகங்களையும் ஜோசியர் டெஸ்கில் அடுக்க அமைதியாக கண்களை மூடி திறந்தவர் ஒரு புத்தகத்தை திறந்து நெற்றி சுருங்க படித்தார்..

வேக வேகமாக அடுத்தடுத்த ஐந்து புத்தகங்களையும் படிக்க கலவரமாகிய அவர் முகம் செம்பு சொம்பில் இருந்த தண்ணியை ஒரே மொடக்கில் குடித்து சத்தமாக கீழே வைத்துவிட்டு என் வாழ்க்கையில் இப்படி ஒரு ஜாதகங்களை பார்த்ததே இல்லை என்ற கம்மியகுரலில் சொல்ல

பன்னீர்செல்வங்கள் என்னவென்றே தெரியாமல் திகைத்திருக்க..

அவர் என்ன சொல்லபோகிறார்

என்கிற இனம்புரியா பயம் இருக்கத்தான் செய்தது...

ஜோசியரின் வீட்டில் வரும் அனைவருக்கும் கண்டிப்பாக குடிக்க காபி கொடுப்பார்கள்... வீட்டின் பின்புறம் பெரிய தோட்டம் அங்கு பத்துக்கு மேற்பட்ட பசு மாடுகள் கட்டப்பட்டிருக்கும். மதியம் உணவு வேளையில் வந்தால் அமர வைத்து வாழை இலையில் உணவு உண்ண வைத்து தான் அனுப்புவார். அவரின் மனைவி அனைவருக்கும் எவர்சில்வர் டம்ளரில் காப்பி கொடுக்க.. காப்பி எடுத்துக்கங்க முதல்ல சாப்பிடுங்க அப்புறம் ஜோசியம் பார்க்கலாம் என்று சிறிது நேரம் அமைதியானார் ஜோசியர்..

அவரின் பக்கத்தில் காமாட்சி அம்மன் விளக்கு அணைக்கப்பட்டு அதன் திரியில் இருந்த புகை அந்த முற்றம் முழுக்க வீசிக் கொண்டிருந்தது..

சுவற்றில் ஒரு பல்லி காற்றில் பறந்து வந்து சுவற்றில் அமர்ந்த தும்பியை லாவகமாக கவ்வி விழுங்கிக் கொண்டிருக்க காபியை உறிஞ்சிய ஒரு பன்னீர் வியப்பாக பார்த்துக்கொண்டிருந்தார்.

இவர்களுக்கு பின்னால் இருவர் பூ பழம் தட்டோடு ஜோசியரை பார்க்க நின்றுக் கொண்டிருக்க அவர்களை சைகையால் கை அசைக்க அருகே வந்தவர்கள் பொண்ணுக்கு கல்யாணம் அதான்.. என்றவர் அழைப்பிதழை பழத்தட்டில் வைத்து சாஷ்டாங்கமாக காலில் விழுந்து ஆசிர்வாதம் வாங்க...

எல்லாம் நல்லா நடக்கும்..

சிறப்பா செய்யுங்க என்று வாழ்த்தி அனுப்பினார்...

என்ன சொல்ல போகிறார் என்பதை அவாவோடு ஐந்து

பன்னீர்களும் சைகை மொழியில் அமைதியாக பறிமாறிக்கொள்ள..

மௌனம் கலைத்த ஜோசியர் நீங்க எப்படி நண்பர்களானிங்க..

நாங்க மூனுபேரும் ஒன்னா படிச்சவங்க..

பின்னாடி உட்கார்ந்திருக்கவங்க ஒருத்தர் என் மச்சான்... இன்னொருத்தர் எங்க வண்டி டிரைவர்.. அவரும் நண்பர்தான்.. நாங்க எப்பவுமே எங்க போனாலும் ஒண்ணாதான் போவோம் என்றார்..

தண்டபாணி ஜோசியரை பார்க்க என்டி ராமராவே வந்திருக்கிறார்.. சினிமால இருக்கிற நிறைய நடிகருங்க இவரை பாக்க வருவாங்க... அப்படி இப்படினு சொன்னாங்க இங்க வந்து பார்த்தா அவரு வீட்டில் ஒரு போட்டோவும் இல்ல.. எந்த அறிகுறியும் இல்ல.. நான் பார்த்த வரைக்கும் ஜோசியக்காரங்க சுத்தி பிரபலங்களோடு அவர்கள் நிற்கும் போட்டவ மாட்டி வச்சிருப்பாங்க.. தட்சனையா முன்கூட்டியே பணம் வாங்கின பிறகு தான் ஜோசியம் சொல்வாங்க.. இங்க அப்படியே எல்லாம் தலைகீழா இருக்கே என்ற மன ஓட்டத்தில் இருந்தார் டிரைவர் பன்னீர்..

தண்டபாணி அவர்களின் சொல்வாக்கு பலித்துவிடும்.. அவர் நாக்கில் அருள் இருக்கிறது.. தன் இறை அருளை அவர் சேவையோடு செய்கிறார்..

தட்சணை கூட கேட்கமாட்டார்... தட்சணை எவ்வளவு என்று கேட்டால் எதிர்ல ஒரு கோவில் இருக்கு அங்க போயி உங்களால என்ன முடியுதோ அதை போடு இல்லைன்னாலும்

சாமிய வேண்டிட்டு போ என்பார்.

தான் கணித்து சொல்வதற்கு ஒரு நாளும் கூலி வாங்கி கொள்ளாதவர் என்பது தான் இவரின் அடையாளம்..

சில பேர் இவரிடம் வரவே பயப்படுவர்.. அவருகிட்ட போனா எதாவது தப்பா சொல்லிடுவாரு.. என்று வருவதே இல்லை...

மிகப்பெரும் செல்வந்தர் துரையும் அவருடைய நண்பர் நீதிபதி காரமேகமும் இவரிடம் வந்திருந்தனர்..

துரைக்கு ஏற்கனவே ஜோசியரை தெரியும்.. தன்னுடைய தொழில் வளர்ச்சி எப்படி இருக்கும் என்று கேட்க வந்தவருக்கு ஜாதகத்தை பார்த்து விட்டு இன்னும் ரெண்டு நாளில் நீ ஜெயிலுக்கு போவனு கட்டம் சொல்லுது என்றவரிடம்..

நான் யாரு தெரியுமா..

என் செல்வாக்கு தெரியுமா...

என் அரசியல் செல்வாக்கு தெரியுமா..

என்று ஏகத்துக்கு எகிறிவிட்டு சென்றார் துரை...

மதிய உணவு வீட்டில் சாப்பிட்டுக் கொண்டிருந்தார் துரை..

அவர் மனைவி சாப்பாடு பறிமாற ரசத்தை கையில் ஊற்றி உறிஞ்சி குடித்துவிட்டு நம்ம வீட்டு இரசத்தை யாராலும் அடிச்சுக்கவே முடியாது என்று ரசித்து குடித்துக் கொண்டிருக்க..

வெளியே சார் சார் என்ற குரல்... யாருன்னு பாரு .. தன்

மனைவியிடம் சொல்ல வேகமாக வெளியே சென்றார் பாலம்மா..

வணக்கம்மா சாரு இல்லீங்களா..

நான் நகராட்சியிலிருந்து வர்றேன்.. பில்கலெக்டர் ஆறுமுகம்னு சொல்லுங்க.. சாருக்கு தெரியும்.. சாப்பிட்டு கைகழுவிய துரை பெரும் ஏப்பத்தோடு வெளியே வர..

வணக்கம் சார்..

வரி பாக்கி இருக்கு கடை வீடு லாட்ஜ் பங்க் எல்லாமே மூன்று வருஷ பாக்கி இருக்கு.. வந்திருக்கிற புது கமிஷனர் ஏகத்துக்கு எகிருறாரு...கொஞ்சம் கட்டிட்டிங்கனா எங்களுக்கு பிரச்சனை இல்லாமல் இருக்கும்...

என்னய்யா வீட்டிற்கு வந்து அவமானபடுத்துற.. உனக்கு புது கமிஷனர் வந்தா உன் மயிர புடுங்கட்டும்.. என் மசுர ஆட்டிடுவானா... கட்டமுடியாதுயா உன்னால முடிஞ்சத பார்த்துக்க.. என்று ஏகமாக வசை பாட ஆரம்பிக்க..

சார் காசு பணம் சம்பாரிக்கிற நீங்களே பணம் கட்டாம அரசாங்கத்தை ஏமாத்தறது கொஞ்சம் கூட நல்லாயில்லீங்க.. அதுக்கு வேற ஏதாவது வேல பண்ணாலங்க என்று ஆறுமுகமும் பேச..

ஆத்திரம் தாங்காத துரை கட்டமுடியாது போடா என்று ஆறுமுகத்தை பிடித்து தள்ள மல்லாக்க கீழே விழுந்த ஆறுமுகம் தலையில் இரத்தம் பீரிட கீழே கிடந்தார்..

அடிபட்ட அரசு ஊழியர் ஆஸ்பத்திரியில் அனுமதிக்கப்பட செல்வந்தர் துரை மேல் காவல்துறையில் புகார்

அளிக்கப்பட்டு அரசு ஊழியரை வேலை செய்யாமல் தடுத்தது... மற்றும் அவரை அடித்தது என இரண்டு பிரிவுகள் கீழ் கைது செய்யப்படுகிறார்..

வெள்ளிக்கிழமை கைது செய்யப்பட்ட துரை சனி ஞாயிறு இரண்டு நாட்கள் ஜாமீன் கிடைக்காமல் சிறையிலே இருக்க திங்கட்கிழமை ஜாமீன் பெற்று நேராக வீட்டுக்கு செல்லாமல் தண்டபாணி ஜோசியரை நோக்கி தன் காரை செலுத்திக் கொண்டிருந்தார்.

ஜோசியரின் காலில் விழுந்த துரை நடந்ததை ஜோசியரிடம் சொன்னார்.

ஐயா ஜாதகத்தை தான் நான் கணித்துச் சொன்னேன்...

நீங்க தான் கோபப்பட்டீங்க என்றார் ஜோசியர்.

அய்யா வணக்கம். இவரு நீதிபதி கார்மேகம் சேலம் கோர்ட்ல ஜட்ஜ்.. உங்கள பார்க்கனும் குடும்பத்தோட வந்திருக்காரு என்ற பரஸ்பர அறிமுகங்கள் நடந்தேறியது...

பவ்யமாக ஜாதக புத்தகங்களை நீட்ட, வாங்கிய ஜோசியர் படித்து கணக்குகளை முணுமுணுத்துக் கொண்டே ஜட்ஜை ஒரு கணம் உற்று நோக்கிவிட்டு மீண்டும் எழுதத் தொடங்கினார்...

கார்மேகமும் துரையும் ஒருவரை ஒருவர் பார்க்க.. ஜோசியர் கார்மேகத்திடம் கேட்டார்.

ஒரு கொல பண்ணீங்களா..

ஜட்ஜ் அமைதியாக பார்க்க..

நீ ஜட்ஜாவது இரு.. புட்ஜாவது இரு..

கொலை பண்ணியா இல்லையா கட்டம் சொல்லுது...

அதிர்ச்சியோடு கார்மேகம் சொன்னார் சும்மா ரெண்டு தட்டு தட்டுனேன் செத்துட்டான் என்றார்..

நீதிமன்றத்தில் நீதிபதி என்பவர் கடவுள் அவதாரமாக வானளாவிய அதிகாரத்தோடு இருப்பவர்..

குற்றவாளி போல் ஈனஸ்வரத்தில் பதிலளித்தார் அந்த நீதிபதி..

யாருக்குமே தெரியாத தன் மனைவி மக்களுக்குமே தெரியாத ரகசியம் உடைபட்ட அதிர்ச்சியில் இருந்து மீள வெகு நேரமாகியது...

துரை அதிர்ச்சியில் உறைந்திருந்தார்..

பன்னீர் செல்வங்களின் ஜாதகங்களை மீண்டும் மீண்டும் வாசித்தார்.. எழுதினார்.. கண்ணாடியை கழற்றி மேசைமேல் வேகமாக வைத்துவிட்டு கண்களை மூடிக்கொண்டார்...

நிசப்தம்..

கண்களை திறந்து பேச ஆரம்பித்தார்.. உங்கள் ஜாதகப்படி வீட்டிற்கு போவதற்குள் ஐந்து பன்னீர் செல்வமும் உயிரோடு இருக்க மாட்டிங்க என்றார்..

விழுந்து விழுந்து சிரித்த பன்னீர்கள் வழக்கமாக கோபப்படாமல் ஜோசியரை கோபபடுத்திவிட்டு வெளியேறினர்...

மழைமேகங்கள் திரண்டிருக்க இடியுடன் மழை ஆரம்பிக்க சாலையில் ஊர் நோக்கி சென்றுக்கொண்டிருந்த்து பியட் பத்மினி கார்...

மழையின் வேகத்தோடு காற்றும்வீச இருளடர்ந்த முகப்பு விளக்கு எரிய மெல்ல சாலையில் ஊர்ந்துக் கொண்டிருந்த சாலையில் காரின் மீது பெரும் சத்தத்தோடு மோதியது மழையில் பிரேக் பிடிக்காத பர்கோ மணல் லாரி..

ஐந்து பேரின் அலறல் சத்தம்

இடியின் ஓசையோடு விண் அதிர்ந்தது..

"வார்த்தைகள் மூலமாகத் தான்
நம்மை விளங்கிக் கொள்ள
விதிக்கப்பட்டிருக்கிறோம் அல்லது
சபிக்கப்பட்டிருக்கலாம்"
-பிரபஞ்சன்-

தேடல்

வசந்த காலத்தில் மாலையில் நண்பர்களோடு ஊர் சுற்றி திளைக்கும் சுகம் இந்த உலகில் வாய்க்காதவர்கள் பாவப்பட்டவர்களே...

அப்படிப்பட்ட ஒரு நாள் வாய்க்கும் போது பயன்படுத்தாதவர்களும் அதிர்ஷ்டமற்றவர்களே...

என்று யாரோ சொல்லி எங்கேயோ கேட்ட ஞாபகம்

அதை இறுக பற்றிய மனம் எப்போதும் நண்பர்களுடனேயே இருப்பதையே விரும்பும்.

பாபு தன் அம்பாசிடர் காரின் ஹாரன் சத்தத்தை என் வீட்டை தாண்டும் போது இரண்டு தடவை நிறுத்தி நிறுத்தி அடித்தால் தன்னுடைய மெடிக்கல் ஷாப்பிற்கு வந்து விடுங்கள் என்று அர்த்தம்..

நண்பர்கள் அனைவருக்கும் ஹாரன் சிக்னல் கொடுத்துவிட்டு அவன் மருந்து கடைக்கு செல்வதற்குள் அனைவரும் ஆஜராகிவிடுவோம்..

இந்த ஹாரன் டெக்னிக் அப்பா அம்மாவைத் தவிர வீட்டில் எல்லோருக்கும் தெரியும்..

வீட்டில் எங்கே இருந்தாலும் நமக்கு சமிக்ஞை கிடைத்துவிடும்.

அப்பாவின் புதிய புல்லட் வந்தபிறகு அவரின் ஹெர்குலஸ் சைக்கிள் நமதாகிவிட்டது..

அப்பா காலையில் என்பீல்ட் புல்லட் துடைக்கும்போது நமது சைக்கிளும் துடைக்கப்பட்டு நமக்காக காத்திருக்கும்.. நம்ம சைக்கிள்னு ஆன பிறகு முதல்ல நம்ம பேர சைக்கிள்ள எழுதனும்..

செயின் கவர் மேலபேரும் எழுதியாச்சு...

பேர் எழுதின ஜோர்ல நண்பன் ஏழுமலைய முன்பக்க பார்ல உட்காரவச்சி ஊரை ஒரு ரவுண்டும் அடிச்சாச்சி...

இப்படியாக ஒவ்வொரு நாளும் நமக்காக உழைச்சது என்னுடைய ஹெர்குலஸ்..

என்னதான் பகலெல்லாம் என்னோடு ஊர்சுத்துற இருக்கிற ஹெர்குலஸ் சைக்கிள் இராத்திரியில அப்பாவோட கொசுவல கட்டற ஸ்டாண்டா மாறிடும்..

அப்பா வராண்டாவில தூங்கறதுக்கு கொசுவலையின் ஒருபக்கத்தை வெளி ஜன்னலிலும், ஒருபக்கம் சைக்கிளிலும் கட்டிவிட, உள்புறம் அப்பா தூங்கிக்கொண்டிருப்பார்.

கொசுவலையிலிருந்து விடுவிக்கப்பட்ட என் பேர் எழுதப்பட்ட என் செல்ல சைக்கிள் காலையில் எனக்காக காத்திருக்க...

ஹாரன் சத்தம் கேட்ட நான் பாபு மருந்து கடை நோக்கி என் நண்பன் தம்பாவை சைக்கிளில் அழைத்து கொண்டு சென்றடைய நம் நண்பர் குழாம் அனைவரும் ஆஜர்..

பாய்ஸ் ஹை ஸ்கூலில் கிரிக்கெட் மேட்ச்..சாயந்திரம் சக்தி தியேட்டர்ல இதயத்தை திருடாதே படம்

திட்டமிட்டோம்.. இஎன்கேஎஸ் என்ற இனிஷியல் போட்ட என் கிரிக்கெட் பேட்டை கார் டிக்கியில் நண்பர்கள் போட்டு வைத்த பேட்களின் மீதுவைத்து டிக்கியை மூடினேன்...

கார் ஸ்டேரிங்கில் அமர்ந்திருந்தான் பாபு.. டேய்

கிரிக்கெட் பால் வாங்க மறந்துட்டேன் யாராவது சீக்கிரம் வாங்கிட்டு வாங்கடா என்று பாபு குரல் கொடுக்க..

நான் சைக்கிள் எடுத்துகொண்டு பால் வாங்க கோபால் பிள்ளையார் கோவில் அருகில் உள்ள விஜய் ஸ்போர்ட்ஸ் சென்டரில் கிரிக்கெட் பால் வாங்கிகொண்டு கணக்கில் எழுதிவிட்டு கார் நோக்கி விரைந்துக் கொண்டிருந்தேன்..

டேய் சீக்கிரம் வாடா என்று பாபு கத்திக்கொண்டிருக்க அவசரமாக மருந்துக்கடை வாசலில் சைக்கிள் ஸ்டாண்ட் போட்டு அப்படியே நிறுத்திவிட்டு வேகமாக கார் நோக்கி ஒடிக்கொண்டிருந்தேன். கார் முழுவதும் அடைச்சலாக அமர்ந்திருந்த நண்பன் அருண் கத்த கதற அவன் மடியில் அமர்ந்து கார் கதவை மூட, கிரவுண்ட் நோக்கி நகரத் தொடங்கியது வெள்ளை நிற அம்பாசிடர் கார்...

கிரிக்கெட் விளையாடி வேர்க்க விறுவிறுக்க மரத்தடியில் நிற்க ஜில்லென்ற காற்றின் வருடல் பசியை கிளப்பியது...

பசிக்குதுடா போகலாம்..

மீண்டும் அம்பாசிடரில் அடைந்து கொள்ள புறப்பட்டோம்.. மருந்து கடையில் எனக்காக காத்திருக்கும் என் அன்பான சைக்கிளை நோக்கி...

பத்து நிமிட பயணம் மருந்து கடை வாசலில்..

பாரம் தாங்காமல் அருண் புலம்ப காரிலிருந்து இறங்கி.. பசி மயக்கத்தில் சைக்கிள் நிறுத்திய இடத்தில் பார்க்கிறேன் என் சைக்கிள் காணவில்லை..

கடையில் வேலையாள் ராஜசேகரிடம் யோவ் எங்கய்யா என் சைக்கிளை காணோம் என்றேன்..

ஆ.. வியாபாரத்தை பார்ப்பேனா உன் சைக்கிளை பார்ப்பேனா..

போய் எங்க விட்டயோ அங்க தேடு என்று கடுப்படிக்க...

பிரம்மை பிடித்தவன் போல் தொலைந்த இடத்திலேயே நின்றுக்கொண்டிருக்கிறேன்...

அப்பா அடிக்க வர, தடுக்கும் அம்மா.. என்னை அடித்தால் அவனை அடித்தது போல் அழும் தம்பி.. அடிவாங்கும்போது அப்பா பின்னால் நின்று சைகைகாட்டி வெளியே ஓடிடு என்று சைகை காட்டும் அக்கா.. இவர்கள் எல்லாம் நினைவுக்கு வர பசியெல்லாம் பஞ்சாய் பறந்திருந்தது...

அவசரத்தில் சைக்கிளை பூட்டாமல் இஎன்கேஎஸ் இனிஷியல் போட்ட சாவியோடு அப்படியே ஓடி வந்து காரில் ஏறியது உரைத்தது...

நண்பர்களோடு பதட்டமாய் பல இடங்களில் தேடியும் யாருடைய தேவைக்காகவோ அவர்களோடு என்னை விட்டு சென்றுவிட்டது என் சைக்கிள் ஹெர்குலஸ்...

இவன் கஷ்டப்பட்டு சம்பாரிச்சிருந்தா பொறுப்பா வச்சிருப்பான்.. எவனோ சம்பாரிச்சதுதானே.. ஊதாரி.. பொறுப்பில்லாத தண்டமாடு.. பத்து ரூபா சம்பாரிக்க லாயக்கில்லாதவன்.. என்று வாங்கப்போகும் கோப வசை மொழிகள் காதில் புகுந்து ரீங்காரமிடுகிறது..

இதை தாண்டி இரவில் அப்பா கொசுவலை கட்டுற ஸ்டாண்டான சைக்கிள் வேற.. எப்படியும் சைக்கிளுக்காக காத்திருப்பார்..

எப்படி வீட்டுக்கு போறது..கவலையுடன் இரவிற்காக எங்கள் தெரு மூலையில் உள்ள பெட்டிக்கடையில் நானும் நண்பன் தம்பாவும் காத்திருக்கிறோம்...

என்ன நடந்தாலும் பரவாயில்ல வீட்டுக்குச் செல்ல.. நினைத்தது போலவே சைக்கிளுக்காக கொசுவலை போர்வை தலையணையோடு அப்பா வராண்டாவில் திண்ணையில்

அமர்ந்திருக்க சைக்கிள் இல்லாமல் நடந்து வருவதை தூரத்திலிருந்து பார்த்துக்கொண்டிருந்தார்.. வயிறு கலக்குகிறது..

என்னடா சைக்கிள் இல்லாம வர.. எங்க சைக்கிளு...

அமைதியாக நிற்கிறேன்.. சப்தம் கேட்டு அம்மா ஓடிவர..

தறுதலை சைக்கிள் ஒழிச்சிட்டு வந்து நிக்குது...ஒரு சைக்கிள் பாதுகாக்க துப்பில்ல.. இதெல்லாம் நாளைக்கு கல்யாணமாகி இவன் பொண்டாட்டி புள்ளைங்கள எப்படி காப்பத்த போகுது..

அர்ச்சனைகள் கொஞ்சம் கொஞ்சமாக வீரியமடைய.. நான் அமைதியாக நிற்க.. கோபத்தின் உச்சம் வாசலில் இருந்த ஒரு செருப்பை எடுத்து என் முகத்தில் வீச அது என்னை அறைந்துவிட்டு கீழே விழ...

உடைந்து ஓவென்று அழுகிறேன்..

அவன வீட்ல சேக்காத.. வீட்டுக்குள்ள சேத்து சோறு தண்ணி போடக்கூடாது..

என்ன செய்வதென்று தெரியாமல் அம்மா தவிக்க.. அக்காவும் தம்பியும் வாயடைத்து நிற்க வீட்டை விட்டு வேகமாக வெளியேறிவிட்டேன்..

சுந்தர் கடை அருகில் நண்பன் சுரேஷும், தம்பாவும் என்னை தேற்ற ஆறுதலான வார்த்தைகள் தேடிக்கொண்டிருக்க.. தீர்க்கமான ஒரு முடிவுக்கு வந்தேன்...

பாம்பே செல்வதென்று...

வாழ்க்கை எப்படியெல்லாம் புரட்டி போடுகிறது...

நேற்று வரை எந்த பிடிப்பும் இல்லாத சொகுசான வாழ்க்கை இன்று முதல் கேள்விக்குறியாகி உள்ளது..

நண்பர்கள் சுரேஷ், தம்பாவும் பணம் கொடுக்க..

வீட்டிலிருந்து பின்பக்கமாய் துணி பை அக்கா கொடுத்தனுப்ப அவளின் சிறுவாடு பணம் செலவுக்கு கொடுக்க, பாம்பே செல்ல பெங்களூக்கு பஸ் ஏற்றினர் நண்பர்கள்..

ஏற்கனவே சுரேஷ்க்கு பெங்களூர் பரிச்சயம்.. ஷர்மா பஸ் பாம்பே போகும் அதில் ஏறினா கரெக்டா **24** மணி நேரத்துல பாம்பே போயிடும்..

அங்க எறங்கி எங்கடா போவ..

எங்க அத்தை வீடு மாஹீம்ல இருக்கு. அங்க போயி உனக்கு லெட்டர் போடுறேன்.. நண்பர்கள் டாட்டா காட்ட பெங்களூர் நோக்கி பஸ்சில் சென்றுக்கொண்டிருக்கிறேன்...

கோபத்தில் பாம்பே கிளம்பிவிட்டேன்.. அத்தை வீடு மாஹிம் என்று தெரியும்.. ஆனால் இதுவரை பெங்களூரும் சென்றதில்லை.. பாம்பேவும் சென்றதில்லை.. அத்தை வீட்டு முகவரி அப்பா எழுதும் கடித்தத்தை தபால் பெட்டியில் போடுவது நான் தானே... முகவரி மனப்பாடமாய் இருந்தது...

பெங்களூர் இறங்கி ஷர்மா டிராவல்ஸ் அலுவலகத்தில் பாம்பே செல்லும் பஸ்க்காக காத்திருந்தேன்.. சாலை மார்க்கமாக பாம்பே நோக்கி சென்றுக்கொண்டிருந்தது ஷர்மா..

பெரும் காடுகளையும், மலைகளையும் கடக்கும் ஒவ்வொரு தருணமும் என்னில் ஏற்பட்ட கலக்கம் விவரிக்க இயலாது.. அதற்கு காரணமும் இருக்கிறது... பம்பாயில் நடந்த கடந்த கால பேரதிர்வான குண்டுவெடிப்பு...

பத்திரிக்கை வாயிலாக தினம் படித்த அந்த நிகழ்வு குறித்த செய்தி இந்துக்களும்,இஸ்லாமியர்களும் மிகப்பெரும் பகை முரணோடு வாழ்வதாகவும்,தாவூத் என்ற இஸ்லாமியன் இந்த பேரழிவின் காரணி என்பதால் இவர்களுக்குள் பெரும் கலவரம் நடக்கிறது..

அது இன்னும் ஓய்ந்தபாடில்லை. என்ற செய்தியின்

நினைவுகளை நினைக்கநினைக்க தவறான முடிவெடுத்துவிட்டோமோ..

பாம்பே எந்த திசை, எங்கிருக்கிறது, அது எவ்வளவு பெரிய ஊர், இந்த சூழலில் சென்றால் திரும்பி வருவோமா.. வெறும் அட்ரஸை மட்டும் வைத்து கொண்டு எப்படி அத்தை வீட்டுக்கு செல்வது..

முதலில் எங்கே இறங்கி எந்த திசையில் செல்வது.. பாம்பே செல்லும் குளிரூட்டப்பட்ட பஸ்ஸில் என் சட்டை பயத்தால் வியர்வையில் நனைந்திருந்தது...

இப்போது யாரை பார்த்தாலும் பயமாக இருக்கிறது.. பக்கத்து சீட்டுக்காரரின் குறட்டை சத்தம் என்னுடைய பயத்தை அதிகப்படுத்தி பின்ணனி வாசித்துக் கொண்டிருந்தது...

நெற்றியில் நீண்ட கோடு போல பொட்டிட்டவர்களும், நீண்ட தாடி வைத்து பைஜாமாவோடு இருப்பவர்களை பார்க்க இன்னும் பயம் பற்றிக் கொள்கிறது..

திரையில் தமிழ்சினிமாவில் வில்லன்களாக வரும் அத்தனை அடையாளங்களும் நேரில் பார்க்க..பார்க்க..எப்படியும் இனி ஊர் திரும்ப போவதில்லை..

செயலிழந்த நிலையில் உணவகத்தில் நின்ற பேருந்தில் இறங்காமல் அப்படியே உறைந்திருந்தேன்.. பாம்பேவின் நெருக்கடியான போக்குவரத்து சாலைகளில் மெல்ல நுழைந்து கொண்டிருந்தது பேருந்து..

அரே கிதர் உதர்னா.. என்ற நடத்துனரிடம் மாஹிம் ஜானா ஹை சாப்.. அச்சா என்றவர் தாதர் உதர்சாவ்.. உதர்சே டேக்ஸி லேலோ...

உருது இஸ்லாமியன் என்பதால் இந்தி புரிகிறது..

தாதரில் நின்ற பஸ்ஸில் இருந்து இறங்க.. நீண்ட சாலைகளில் மஞ்சள், கருப்பு வண்ண டாக்ஸிகள்

ஊர்ந்துக்கொண்டிருந்தன.

மக்கள் அன்றாட வேலைகளின் பரபரத்துக் கொண்டிருக்க யாரை கேட்பது.. என்ற யோசனையில் நின்றுக் கொண்டிருந்தேன்..

என்னருகில் நின்ற ஒரு டாக்ஸிகாரரர் டாக்ஸியிலிருந்து தலைநீட்டி எட்டிப்பார்த்து, கஹா ஜானா என்றார்..

மாஹீம் என்றதும் மீட்டரை ஜீரோ செய்து விட்டு பைட்டோ என்றார்..

மாஹீம்மே கிதர் ஜானா..பேரடைஸ் தியேட்டர்கே பாஸ் கமலா ஹோட்டல் ஹை நா உதர்..

சொன்னதை காதில் வாங்கி கொண்ட டாக்சிகாரரர் எனக்கு முன்பின் தெரியாத நெருக்கடியான மும்பை வீதிகளில் நகர்ந்துக் கொண்டிருந்தார்...

வழிநெடுக பெரிய பெரிய விநாயகர் சிலைகள்.. கலர்பொடிகளை தூவி கொண்டாட்ட மனநிலையில் மக்கள், விண்ணதிரும் மேள தாளங்கள்..திரும்பும் திசையெங்கும் காவி துண்டுகளோடு நெற்றியில் செந்தூரமிட்ட படி பயணிக்கும் மக்கள்...

கணபதி பப்பா மோரியா கோஷங்கள் முழங்க.. ஆங்காங்கே தலையில் தொப்பிகளோடும் இஸ்லாமியர்கள் சென்றுக்கொண்டிருந்தனர்..

புதிய மக்கள்.. புதிய பயணம்... மும்பை பற்றிய புரிதல் குண்டுவெடிப்பிற்கு பிறகு பாதுகாப்பற்ற,பதட்டமான சூழல் என்று ஊடகங்களில் தெரிந்தும், கோபத்திலும், அவமானத்திலும் அவசரப்பட்டு தவறான முடிவெடித்து இங்கு வந்து விட்டோமோ.. பதைப்பதைப்போடு இருப்புக்கொள்ளாமல் டாக்ஸியில் நெளிகிறேன்..

குண்டு வெடிப்பு நடந்தபோது அப்பா அம்மா,

அத்தையை நினைத்து பதறியது..அத்தையின் பக்கத்து வீட்டு போனில் தொடர்புகொண்டு பாதுகாப்பாய இரு வெளியே செல்லாதே..என்று பேசியதெல்லாமல் மறந்து இங்கு வந்துவிட்டேனே...

மனம் பயத்தால் பதறுகிறது..

முப்பது நிமிட பயணம்.. வண்டி நிற்க.. ஏ ஹை கமலா ஹோட்டல்.. மீட்டரை ஆப் செய்து விட்டு அட்டையில் கிலோமீட்டர் பார்த்து பணம் சொல்ல பணத்தை கொடுத்துவிட்டு கீழ இறங்கி நிற்கிறேன்...

பெரிய அரசமரம். அதன் கீழே இரும்பிலான போலீஸ் அறை.. பெரிய விநாயகர் சிலை.. ஆர்பரிக்கும் இசையோடு மக்கள் கூட்டம் கணபதி பப்பா கோஷங்கள் முழங்க போலிஸ் படை சூழ சென்றுக் கொண்டிருக்க

மீண்டும் பயம் தொற்றிக்கொண்டது...

கமலா ஹோட்டலில் நல்ல கூட்டம்.. டேபிள்களில் நிறைந்திருந்தது கூட்டம்... கண்ணாடி டம்ளரில் நடுத்தர வயது பையன் தண்ணீர் வைத்துவிட்டு என்னை பார்க்க ஏக் சாய்...என்றேன்..

சூடான டீ கப்சாசரில் வைத்தான்.. இதர் இட்லிவாலி முமானி கா கர் கிதர் ஹை... தயங்கி..தயங்கி அவனிடம் கேட்டேன்..

அத்தையின் மதராஸி இட்லிகடை இங்கே பேமஸ்.. தனது கடையின் வியாபார பெருமைகளை ஊருக்கு வரும்போதெல்லாம் சொல்லிக்கொண்டிருப்பார்.. அத்தை ஊரிலிருந்து மும்பை வரும்போதெல்லாம் அப்பா நிலத்தில் விளையும் அரிசிகளை மூட்டைகளாக்கி அனுப்புவார்... தன் சம்பாதியத்தில் அத்தையும் மாமாவும் ஊரில் வீடும் வாங்கியிருந்தனர்... நம் ஊரின் இட்லி தோசை இவர்களின் வடாபாவ், பிரெட் ஆம்லெட்டுடன் போட்டி

போட்டுக்கொண்டிருந்தது..

இவனுக்கு எப்படியும் தெரிந்திருக்கும் என்று தயங்கி கேட்ட என்னை பார்த்த இளைஞன்..

ஊருக்கு புதியவன் என்பதை ஊகித்துவிட்டான்.. மும்மானி கா கர் பீச்சகே கல்லி மே ஹை..சாய்பீயோ..லேகே ஜாத்தாவு மும்பையின் முதல் விருந்தோம்பல் என்னை ஆச்சரியப்படுத்த சந்து சந்தாக அழைத்து சென்றான் அந்த இளைஞன்...

ஒரு சிறிய வீடு.. வீட்டின் வெளியே ஒரு இரும்பு ஏணி வைத்து மாடியில் ஒரு வீடு.. மிக இருக்கமான சந்தில் உள்ள அந்த வீட்டிற்க்கு வெளியே ஓ மும்மானி காவ்சே மேமான் லோக் ஆயேவோ என்று குரல் கொடுக்க அத்தை எட்டிபார்க்க.. காணாமல் போய் கூடடைந்த பறவைபோல் சந்தோஷமானேன்...

களைப்பு தீர குளியல்.. ஆவி பறக்கும் இட்லியும் கடலை சட்னியும் உண்ட மயக்கம் தலைக்கேறியிருக்க, அரை மயக்கத்தில் அத்தையுடன் பேசிக்கொண்டிருந்தேன். அத்தை சொன்னார்கள்..

பத்து நாளைக்கு சமைக்கற வேலையில்ல... காலையில ஒட்டலுக்கு டிபன் வியாபாரத்துக்கு செய்வேன், மத்தபடி மதியமும், இராத்திரியும் விநாயகர் சதுர்த்தி முடியற வரைக்கும் இங்க இருக்கிற நண்பர்கள் வீட்டில் விருந்து தான்..

ரம்ஜான், பக்ரித் பண்டிகையில நம்ம வீட்ல இங்க இருக்கிற இஸ்லாமியருங்க வீட்ல விருந்து கொடுப்போம்..

எல்லோரும் உறவுமுறைகளை சொல்லி தான் கூப்பிடுவோம்..

இல்லையே நான் பேப்பர்ல.. டிவில.. பார்த்தேன், இங்க இந்து, முஸ்லீம் ஒற்றுமையா இல்லை, விரோதமா இருப்பாங்க,பெரிய சண்டை சச்சரவுன்னு படிப்பேன்.. நீங்க

இப்படி சொல்றீங்க..எனக்கு ஒன்றுமே புரியல.. நான் பயப்படுவேன்னு அத்தை மாத்தி சொல்றாங்களா.. குழப்பமானேன்..

அத்தை சொல்வதை ஏற்பதா இல்லையா என்ற குழப்ப மனநிலை.. மும்பை பதட்டமானது.. மக்கள் கலவரமான சூழலில் எப்படி வாழ்கிறார்களோ என்கிற அச்சத்தை தினம் படிப்பேன்.. அப்பாவும் அம்மாவும் தினம் கவலையோடு தன் உறவினர்களின் நிலை குறித்து உரையாடும் கவலைகள் கேட்பேன்.. இங்கே வேற மாதிரி இருக்கிறதே..எதை நம்பறது..

அத்தை பாத்திரங்கள் துலக்கிக்கொண்டே என்னிடம் பேசிக்கொண்டிருக்க.. பயத்தால் தூங்காமல் பயணித்தது... பிரயாண களைப்புடன் கண்கள் சொருக அப்படியே அயர்ந்து உறங்கியது எனக்கே தெரியவில்லை..

மாமானி..மாமானி.. என்ற கட்டை குரல் அழைக்க திடுக்கிட்டு எழுந்தேன் வாசலில் முறுக்கிய மீசை நெற்றியில் நீளவாக்கில் செந்தூரப் பொட்டு உயர்ந்த உருவம்.. கழுத்தில் சுற்றப்பட்ட மப்ளர்.. கையில் கலர் கலரான கயிறு... யாரென்று தெரியாமல் உறைந்து பார்க்க.. வா கிருஷ்ணா என்று குரல் கொடுத்தார் அத்தை..

கிருஷ்ணா ரெயில்வே போலீஸ்.. மாமாவின் நெருங்கிய நண்பர்..

இன்றைய விநாயகர்சதுர்த்தி விருந்து இவர் வீட்டில் போல.. அண்ணன் மகன் என்ற பரஸ்பரம் அறிமுகப்படுத்தினார் அத்தை.

சாப்பிட நீங்களும் கண்டிப்பாக வரணும் என்றார் கிருஷ்ணா.. சிரித்து வைத்தேன்...

தொலைகாட்சியில் கண்ட கலவரக்காட்சிகள் போன்ற இருதரப்பின் அடையாளங்களும் அந்த நகர வீதிகளில் என்னை பயமுறுத்தின... தெளிவடையாத மனம்.. எங்காவது சென்று

ஆபத்தில் மாட்டிக் கொள்வோமா.. இரண்டு நாட்களாய் வீட்டிலேயே இருக்க.. மீண்டும் கிருஷ்ணா.. இந்த முறை ரெயில்வே போலிஸ் உடையில் மிடுக்காக இருந்தார்.. வீட்டில் விருந்து உண்டதிலிருந்து நண்பராகியிருந்தார்..

அவர்கள் வீட்டில் எங்களை உபசரித்தது.. ராஜ உபச்சாரம்... என்ன வீட்லேயே இருக்க.. இன்னிக்கு கடலில மீன் பிடிக்கிற நண்பர்கள் வீட்ல கடலோரம் விருந்து நீயும் வாயேன்.. நல்லாருக்கும் என அழைத்தார்..

அத்தையும் சென்றுவா என சொன்னார்கள். சிறு அச்சமிருந்தாலும் சென்றேன்..

இவரைப்போலவே அவர்களும் உபசரிக்க.. மும்பை கலவர பிம்பம் குறித்த நான் படித்த.. பார்த்த.. காட்சிகளுக்கும் சம்பந்தமேயில்லை.. மனிதநேயத்தின் உச்சமாக, அதுவும் குறிப்பாக இஸ்லாமிய மக்களிடம் நல்லிணக்கம் பேணும் விதம் கண்டு பிரமித்தேன்..

இது எப்படி... கிருஷ்ணாவிடம் கேட்டேவிட்டேன்...

நான் சொன்ன விஷயம் அவருக்கு ஆச்சரியமாக இருந்தது.. அப்படியா உங்க ஊரில் காட்டறாங்க..

குண்டு வெடிப்பு நடந்தது உண்மைதான்... ஆனால் நாங்கள் இவர் அவர் என்ற பாகுபாடு எங்களுக்குள் இருந்ததில்லை.. இது அவர்களின் அரசியல்.. ஆனால் எங்களுக்குள் எந்த வேற்றுமையும் இல்லை.. உறவுமுறைகளை சொல்லித்தான் அழைத்துக் கொள்கிறோம்... இங்கே எழுபது சதவீதம் இஸ்லாமியர் இருக்கிறார்கள்.. மீதம் இந்துக்கள்..

ஆனால் இந்த பகுதியின் எம்எல்ஏ சிவசேனாவை சேர்ந்தவர்.. இவர் தொடர்ந்து நான்கு முறை அதிக ஓட்டுகள் பெற்று வெற்றி பெற்றிருக்கிறார்.. இவரை எதிர்த்து போட்டியிட்டவர் இஸ்லாமியர்தான்.. இதுவரை வெற்றி பெற்றதேயில்லை... காரணம் மக்கள் பணி செய்பவரை

தேர்ந்தெடுக்கின்றனர்.. சாதி மதம் கடந்து தங்கள் பிரச்சினைகளை உடனடியாக களத்தில் வந்து தீர்க்கும் சேவகனை தேர்தெடுக்கின்றனர்.. அதிக ஓட்டுள்ள இஸ்லாமியர்கள் ஏன் இஸ்லாமிய வேட்பாளரை வெற்றிபெறச்செய்யலாமே..

அந்த பிரிவினை மனோபாவம் அடிப்படையாகவே இங்கு இல்லை.. தங்களின் பாதுகாப்புக்கு உத்தரவாதமானவரையும்.. எளிதில் அனுகக் கூடியவரையும்..எளிமையானவர் யார் என்பதும் அறிந்தே மக்கள் வாக்களிக்கிறார்கள்..

மும்பை குறித்த என் புரிதலை சுக்குநூறாக்கினார் கிருஷ்ணா... அரசியலுக்காக நடக்கும் இந்த ஊடகத்திரிபு மக்களின் மனதில் வன்மத்தை விதைத்து எதை அடையப்போகிறது...

மனிதம் சாகாத மக்கள் இருக்கத்தான் செய்கிறார்கள்... இப்போதெல்லாம் மும்பையை சுற்றிப்பார்க்க ஆவலோடு கிருஷ்ணாவோடு போகிறேன்..

இருதரப்பினரும் அன்போடு பேசுகிறார்கள்...யாரிடமும் வன்மத்தை பார்க்கவில்லை. பேதமற்ற, கொண்டாட்ட மக்களை விட்டு பிரிய மனமில்லை.. கிருஷ்ணா டிக்கெட்டோட வந்தார்..

இவ்வளவு அழகான இரவு நகரத்தின் கொண்டாட்டங்களை விட்டு ஊர்செல்வதென்பது காதலியை பிரிந்த இறுக்கநிலை.. ரெயில்வே ஸ்டேஷன் புறப்பட டேக்ஸிக்காக அந்த குறுகிய சந்தில் நடந்து வர ஒரு சாக்கடை கால்வாயில் தன் வெள்ளை நிற துணிகளை களைந்த ஒருவர் கால்வாயில இறங்கி கொண்டிருந்தார்..

யாரென்று கிருஷ்ணாவிடம் கேட்டேன்..

எம்எல்ஏ என்றார்.

"இங்கு எல்லாமே மனதை வலிக்கத்தான் செய்கின்றன.
இலைகளை இழந்துவிட்டு கிளைகளோடு நிற்கிற
மரங்களும் சதைகளை இழந்துவிட்டு எலும்புகளோடு
திரிகிற மனிதர்களும்" உன்னை இன்று நானும்..!
-நா.முத்துகுமார்-

கோம்பி

மாடுகள் பெருங்கூட்டமாக புழுதி பறக்க... கழுத்தில் கட்டப்பட்ட மணியோசையோடு நகர்ந்துக்கொண்டிருக்க.. பத்துமணி ராஜேஸ்வரி பஸ் ஒலி எழுப்பிக்கொண்டே மாட்டுக்கூட்டத்தை பிளந்து கொண்டு வர மாடுகளை ஓட்டிவந்த ஊராகல்லியும் அவைகளோடு ஒதுங்கத்தான் செய்தான்...

பேருந்தில் ஏறும் கூட்டம் தள்ளி நிற்க வேகமாக வட்டமடித்து நின்ற பத்துமணி ராஜேஸ்வரியில் உட்கார இடம் பிடிக்க ஜன்னலோரம் கைகுட்டை, குடை, பைகளை முண்டியடித்து திணிக்க.. தும்பைப்பூ போல் வெள்ளை உடையில் பஸ் ஏற குடைபிடித்தபடி வந்துக் கொண்டிருந்தார் வேணுப்பிள்ளை..

முண்டியடித்த கூட்டம் வழிவிட்டு நிற்க குடையை மடக்கி வணக்கங்கய்யா என்ற குரல்களுக்கு ஒரே வணக்கத்தில் பதில் சொல்லி பேருந்தில் அமர

புறப்பட்டது ராஜேஸ்வரி... சாமந்தி மாடுகளை ஓட்டி ஊராகல்லி ஓட்டிவரும் மாடுகளோடு சேர்த்துவிட்டு ஒட்டந்தட்டு குச்சிகளால் செய்த சானக்கூடையில் சாணத்தை அள்ளிப் போட்டுக் கொண்டிருக்க..அற்புதம்மாள் மஞ்சம்புல் வேய்ந்த கூரை கொட்டகையில் விறகடுப்பில் மரத்துடுப்பினால் கேப்பக்களி கிண்டிக்கொண்டிருந்தார்..

சாமந்தி கனத்த சாணக்கூடையை தலையில் வைக்கும் முன் ராமவிலாஸ் புகையிலையை ஒரு புடி கொத்தாக வாயில்

திணித்து கொண்டு கூடையை தெம்பாக தலையில் ஏற்ற அற்புதம்மாள் குரல் கொடுத்தார்...

எருகுழில எருவை கொட்டிட்டு வரும் போது முருங்க மரத்துல இளம் கீரயா ஒடிச்சிட்டு வா..அய்யா டவுனுக்கு போயிருக்காரு..கீரை பெரட்டணும்..வாய் சிவக்க வெற்றிலை புகையிலை அடக்கிய சாமந்தி தலையாட்டி சென்றுக் கொண்டிருந்தாள்...

கிட்டதட்ட நூறு மாடுகளையும் காலையில் அவிழ்த்து மேய்ச்சலுக்கு ஊராகல்லி மாடுகளோடு சேரத்துவிட்டு சாணம் அள்ளி எருவில் கொட்டிவிட்டு வீட்டு வேலைகளையும் செய்வதற்குள் மதியம் ஆகிவிடும்...மாலை வீடு வரும் மாடுகளை கட்டவேண்டும்... அற்பதம்மாளும், சாமந்தியும் இருவேளையும் பால்மாடுகளில் பால் கறப்பார்கள்...

கறந்த பால் வீட்டிற்கு போக மீதம் சொசைட்டியில் போட்டுவிட போய்கொண்டிருந்தாள் சாமந்தி...

பனைகுடில்காடு..

பனைமரங்கள் அடர்த்தியாக இருக்கும்.. வருடத்திற்கு ஒருமுறை பனைமரங்கள் ஏலம் விடுவார்கள்..வரும் வருவாய் ஊர் பஞ்சாயத்து பொதுவில் இருக்கும்.. ஏலதாரரால் பனங்காய்,நுங்கு வெட்டபட்டு சுத்துவட்டார சந்தைகளுக்கு மாட்டு வண்டிகளில் செல்லும்..எந்த சூழலிலும் கள்ளுபானைகள் கட்டப்படுவதில்லை...

இந்த ஊரில் அதிக ஜனக்கட்டுள்ளவர் வேணுப்பிள்ளை...

வேளாண்துறையில் வேளாண் அலுவலராக இருந்து ஓய்வு பெற்றவர்... ஓய்வு பெற்று ஐந்து ஆண்டுகள் ஆனாலும் அதே அதிகார மிடுக்குடனே இருப்பார்...

ஊர் பஞ்சாயத்து என்றால் இவரில்லாமல் நடக்காது..

அற்புதம்மாள் இவரின் மனைவி..கணவரின் வாக்கு வேத வாக்கு..வேணுப்பிள்ளை என்ன சத்தம் போட்டாலும் அமைதியாக கடந்து செல்வார்...

தும்பைப்பூ சலவை சட்டைகாரரின் சலவைக்காரி அற்புதம்மாள்..

அவ்வளவு நேர்த்தியாக துவைத்து கஞ்சி போட்டு மூட்டை கட்டி வைத்தால் சலவைக்கடை அர்ஜூனன் இஸ்திரி போட்டு கொடுப்பான்..

வீட்டு வேலை செய்யும் சாமந்திக்கு, அர்ஜூனனுக்கு, ஊராகல்லிக்கு, மூன்று வேளை சாப்பாடும் வேணுபிள்ளை வீட்டில் தான்...

அறுவடை காலங்களில் நிலத்தில் விளையும் பயிர்கள் இவர்களுக்கு சம்பளமாக கொடுப்பார்... அவர்கள் வீட்டில் நல்லது கெட்டது நேரங்களில் பணமாகவோ, நகையாகவோ தந்துதவுவார்..

வேணுபிள்ளை அற்புதம்மாளுக்கு நான்கு மகன்கள் இரண்டு மகள்கள்.. எல்லோரையும் நன்றாக படிக்க வைத்து வேலைவாங்கி கொடுத்தார்.. இதில் மூவர் வெளியூரில் வேலை செய்து செட்டில் ஆகிவிட மூன்றாவது மகன் கதிர் படித்திருந்தாலும் வேலைக்கு போகாமல் சுயதொழில் செய்கிறேன் என்று இவர்களோடு இருப்பது என்னமோ வேணுப்பிள்ளைக்கு பிடிக்கவில்லை...

எல்லாரைப் போலவே வேலைக்கு போக வேண்டியது தானே..சொந்தமா தொழில் பண்றேனுட்டு ஊரில் எதனா பிரச்சனான்னா மூக்க நுழைச்சிகினு சுத்தறான்..

இவன் கூட பத்து பசங்களுக்கு மேல கூடினு சுத்தறானுங்க... ஒழுங்கு மரியாதையா படிச்ச படிப்புக்கு அவனுங்கள மாதிரி வேலைக்கு போகச்சொல்லு.. சப்தம்

போட்டுக்கொண்டிருக்க வழக்கம்போல அமைதியாக நின்றிருந்தார் அற்புதம்மாள்....

ரத்தினம் டீக்கடையில் கதிரும் அவன் நண்பன் கார்மேகமும் வண்டியை நிறுத்திவிட்டு..மாமா ரெண்டு டீ போடுங்க.. என்றான்..

ஏம்பா நாங்கல்லாம் சாப்பிடமாட்டமா..

என்று டீக்கடையில் இருந்து வெளியே வந்தான் குமரேசன்...

அதுக்கென்ன மச்சான் டீ சொல்லிட்டா போச்சு...

ஏம்பா சும்மா விளையாட்டுக்கு சொன்னேம்பா.. இப்பதான் சாப்பிட்டேன்..

நேத்து ஸ்டேஷன் போயிருந்தியே என்னாச்சு..

கார்மேகம் அக்கா வீட்டு நிலப் பிரச்சனை.. பேசி தீர்த்துட்டோம்..

எப்பா நம்ம ஊருக்குல்ல எந்த பிரச்சனையின்னாலும் உங்கிட்ட வந்துருது...

நல்லா பேசி சமாதானம் பண்ணிடற...என்னெருந்தாலும் படிச்சவன் படிச்சவன்தான்யா...

மச்சான் போதும்.. போதும்.. தாங்கமுடியல... ரொம்ப புகழாத... இந்த குமரேசன் கதிரின் அக்கா மச்சினன்...

கதிரின் அக்கா வீட்டுக்காரரின் தம்பி என்பதைவிட இவனின் நட்புவட்டாரத்தில் மிக நெருக்கமானவர்களின் இவனும் ஒருவன்.. ஒத்த வயதுடையவர்கள்..

வேணுபிள்ளைக்கும், குமரேசனின் தந்தை வினாயகத்திற்கும் ஊருக்குள் நிலம் வாங்குவதில் பெரும்போட்டியே நடக்கும்..

என்னதான் சம்பந்திகளாக இருந்தாலும் தன் வரப்புக்கு பக்கத்துல வர்ற நிலத்த விட்டு கொடுக்காமல் யார் வாங்குவது என்பதில் குறியாக இருப்பார்கள்..

ஆனால் ஒருநாளும் கதிரும் குமரேசனும் அதைப்பற்றி பேசிக்கொள்ளவே மாட்டார்கள்...வேணுப்பிள்ளையும் தன் மகள் அந்த வீட்டில் வாழ்கிறாள் என்பதை பற்றி கவலைப்படாமல் பேசுவார்...

என் வரப்புக்கு பக்கத்துல வர்ற நிலத்தை விடமாட்டேன்... அவன் ஏன் வீம்புக்கு இங்க வாங்க வர்றான்... என்ற போட்டி நாளடைவில் எல்லா விஷயங்களில் எதிராக மாற அது ஊரின் பஞ்சாயத்து வரை வெடித்தது..

பஞ்சாயத்தில் வேணு எது பேசினாலும் அதற்கு எதிராக வினாயகம் பேசுவார்...ஊர்காரரர்கள் அவங்க ரெண்டு பேரும் கொண்டா கொடுத்தான்..ஒன்னாயிடுவாங்க..நமக்கு ஏன்யா பெரிய இடத்து பொல்லாப்பு என்பதே இவர்களின் அதிகபட்ச எதிர்ப்பாக இருக்கும்..

வேணுபிள்ளை திண்ணையில் கண்ணாடி பார்த்துக்கொண்டு முகச்சவரம் செய்துக்கொண்டிருக்க.... நெல் நாற்றுகளை எடுத்து வந்தார் சக்கரபாணி..

அண்ணே நாத்து கருகிடுச்சி என்ன செய்ய.. சவரம் செய்து கொண்டே மருந்துகளை சொன்னார்...எழுதி கொடுங்க என்றார்..

அந்த ஊர்சுத்தி ஆபிசர கூப்பிடு...

கதிர் குளித்துவிட்டு தலை துவட்டிக் கொண்டு வர சக்கரபாணி மருந்து எழுதி தர சைகையால் அழைத்தார்...

கதிர் எழுதிக் கொண்டிருக்க யோவ் சக்கரபாணி நம்ம ஊர் பஞ்சாயத்து போர்டு தலைவர் கோதண்டம் மைசூர்லருந்து வந்துட்டானாய்யா...

இன்னிக்கு வர்றதா கிளார்க் சொன்னான்னே.. அவன் என்னதான்யா நினைச்சுகுனு இருக்கான்..

என்ன தலைவராக்குங்க இங்கேயே இருந்து எல்லாம் செய்யறன்னான்... அன்னபோஸ்ட் ஆக்குனோம்..

இதுவரை நம்ம ஊரில தலைவர் எலெக்ஷனுக்கு எப்பய்யா வாக்குபெட்டி வச்சிருக்கோம்..

எனக்கு கருத்து தெரிஞ்சி வைச்சதுல்லனே...

நல்லது செய்வான்னு எதிர்த்தவனை எல்லாம் சமாதனப்படுத்தி இவன அன்னபோஸ்ட் ஆக்குனா ஜெயிச்சி ஊருக்கு போனவன் நாலு வருஷத்துல ரெண்டு தடவ தான் வந்தான்...இப்ப எலக்ஷன் வந்தா எந்த மூஞ்ச வச்சினு வந்து நிக்கறேன்னு வருவான்.. இது என்ன கௌரவ பதவியா.. மக்கள் பிரதிநிதிய்யா..

திரும்பவும் நிக்கறன்னு வந்துடப்போறான்... வந்தமா வேலய பாத்தோமானு போயினே இருக்கச்சொல்லு... வேணுப்பிள்ளை சவரம் முடித்து குளிக்க துண்டோடு காத்திருக்கும் அற்புதம்மாளை நோக்கி நடக்க கதிரிடம் மருந்து சீட்டினை பெற்றுக்கொண்ட சக்கரபாணி தம்பி அப்பா சொன்னத கேட்டீங்களா..

அந்த தலைவரு என்னதான் என் அக்கா பையனா இருந்தாலும் ஊருக்கு எதுவும் பண்ணாம மைசூருக்கு போயிட்டான்.. அதனால அப்பாவுக்கு அவன்மேல கோபம்.. நீயிருக்கறதால ரோடு, கரண்ட், தண்ணி, ஸ்டேஷன்னு எல்லா பிரச்சனையும் சலிக்காம பாக்குற...பேசாம நீயே பிரசிடென்ட்க்கு நின்னுடேன்... நீ நிக்குறனா ஊருல ஒரு பயல் எதிர்க்கமாட்டான்.. யோசிச்சி பாருங்க என்று சொன்ன சக்கரபாணி போவதையே பார்த்துக் கொண்டிருந்தான் கதிர்...

ரத்தினம் டீ கடையில் ஒரே கூட்டம்..டீ மாஸ்டர்

பரபரப்பாக டீ ஆத்த கூட்டத்தின் நடுநாயகமாக தலைவர் கோதண்டம் காட்சிபொருள் போல அமர்ந்திருந்தார்...

எல்லாருக்கும் டீ கொடு... ஊரில் இருந்து வந்திருந்த கோதண்டத்தை எல்லாரும் குசலம் விசாரித்துக்கொண்டிருக்க நூறு ரூபாய் நோட்டுக்கட்டில் ஒவ்வொன்றாக உருவி வழங்கி யாரும் கேள்வி கேட்காமல் இருக்க வாயடைத்துக் கொண்டிருந்தார்...

அங்கே வந்த கதிரிடம் அப்பா எப்படி இருக்காங்க தம்பி என கேட்க..

நல்லா இருக்காரு தலைவரே...

நேத்து வந்தவுடன் பிடிஓவை பாக்க போயிட்டேன்.. அப்பாவ வந்து பாக்கமுடியல.. இன்னிக்கு தான் பாக்கணும்..அப்பறம் பிடிஓ சொன்னாரு ஊருல எல்லா பிரச்சனைக்கும் நீ தான் நின்னு செய்ஞ்சதா..ரொம்ப சந்தோஷம் தம்பி..என்ன பண்றது.. ஊர்லயே இருந்துறலாமுன்னு எலக்ஷன்ல நின்னேன்..

ஆனா மைசூருல தொழில் திரும்பவும் சூடு பிடிச்சிடுச்சி.. அதான் விட்டுட்டு வர முடியல.. அப்புறம் இளைஞர் படையே வச்சுருக்க போல இருக்கு..கதிரின் உடன் இருந்த குமரேசன்,கார்மேகம் புன்முறுவல் பூக்க... தலைவரே அக்கம் பக்கம் ஊரெல்லாம் எல்லா வசதியையும் அரசாங்கத்துல கேட்டு வாங்கி அவங்க ஊரை செழிப்பா வச்சிருக்காங்க..

நீங்க ஜெயிச்சிட்டு ஊர அம்போன்னு விட்டுட்டு உங்க வசதிவாய்ப்ப பெருக்க போயிட்டிங்க..வெறும் நூறு ரூபாயும் டீயும் வாங்கி கொடுத்து எத்தனை நாளுக்கு மக்கள ஏமாத்துவிங்க அடுத்த தடவ நிக்கனுன்னு கனவில கூட நினைக்காதிங்க.. கதிரிடம் இப்படி ஒரு கோபத்தை எதிர்பார்க்கவில்லை கோதண்டம்...

ஊர்பஞ்சாயத்து கூடியிருக்க பனைமர ஏலம் விட்டுக்கொண்டிருந்தார் வேணுப்பிள்ளை..

தலைவர் கோதண்டம் அமைதியாக நெற்றி சுருக்கி ஏதோ யோசனைகளோடு அமர்ந்திருந்தார்...அந்த யோசனைக்கும் காரணம் இருக்கிறது...மைசூரிலிருந்து வந்தபிறகு வேணுப்பிள்ளையை சந்திக்க சென்றார்..

தலைவருக்கு ஜெயிச்சிட்டு ஊருக்கு போனவன் இப்பதான் வழி தெரிஞ்சதா...இந்த நாலு வருஷத்துல ரெண்டு தடவ ஊருக்கு வந்தவன் இந்த பக்கமே வரல..ஏன்னா ஊர்லயே இருந்து வேலபாக்கறன்னுட்டு...எல்லாறயும் ஏமாத்திட்டு ஊருக்கு போயிட்ட...இந்த ஜனங்களுக்கு எம்மூலமா தப்பான வாக்குறுதி கொடுக்கவச்சி என் மூஞ்சில கரியபூசிட்ட..இப்ப சந்தோஷம் தானே.. சரி என்ன விஷயமா வந்திருக்க...

அடுத்த தடவ ஒரு வாய்ப்பு கொடுங்கய்யா சரி பண்ணிடறேன்...

கோபத்தின் உச்சிக்கே சென்றார் வேணுபிள்ளை..

என்னய்யா விளையாடறியா..

இந்த நினைப்போட இங்க இனிமே வராதே...மரியாத கெட்டுறும்..ஒரு தடவ தான் ஏமாற முடியும்...வசைகளை வாங்கிய கோதண்டம் ஏமாற்றத்தோடு நடையை கட்டியது ஞாபகத்திற்கு வர..

ஏலம் எடுத்வங்களுக்கு மூனு நாள் டைம்..பணத்தை கொண்டாந்து கட்டிடனும்..அடுத்த வாரம் ஏரிமீனை ஏலம் விட்டுடலாம்.. தேதி அறிவிச்சு தண்டோரா போட்டுறலாம்..சரிதானே என்றவருக்கு ஏன் இப்பவே விட்டா என்ன என வினாயகம் குழப்பத்தை ஆரம்பிக்க..

அறிவிக்காம ஏலம் விடமுடியாது..புதுசு புதுசா நடைமுறைய மாத்தாதீங்க என்றவர் எழுந்திட அனைவரும்

அவரோடு சபையிலிருந்து வெளியேற வினாயகமும், கோதண்டமும் வேணுப்பிள்ளையை வெறித்தபடி பார்த்து அமர்ந்திருந்தனர்...

டவுனுக்கு போனா கூப்பிடுனு சொன்ன குமரேசன் ஞாபகத்திற்கு வர வினாயகத்தின் வீட்டிற்கு சென்றான் கதிர்...

வண்டிமாடுகளுக்கு தொட்டியில் தண்ணி காட்டிவிட்டு வைக்கோல் போரில் மாடுகளை கட்டிக்கொண்டிருந்தான் குமரேசன்...கதிரு அஞ்சு நிமிஷம் உக்காரு ரெடியாகி வந்துடறேன். குளிக்க தோட்டத்தில் பம்புசெட்டு நோக்கி ஓட..அக்கா ஞானவள்ளி ஏண்டா வெளியே நிக்கிற உள்ளவாடா என்றழைக்க வீட்டிற்கு சென்றான் கதிர்...

வாயா கதிரு டிபன் சாப்பிடு என்ற குரல் வர.. வினாயகம் சாப்பிட்டுக்கொண்டிருந்தார்.. இல்ல மாமா இப்பதான் சாப்பிட்டு வந்தேன்...நீங்க சாப்பிடுங்க..

அப்புறம் உங்கப்பன் கிணறு வெட்டறார் போல இருக்கு..

அங்கெல்லாம் என்ன தண்ணி கிடைச்சுறபோது.. பாறையில வெட்னா பொகைதான் வரும் தண்ணி வராது.. நக்கல் நையாண்டியாக ஏளனம் செய்துக்கொண்டிருந்தார் விநாயகம்...

அக்ரி ஆபிசருக்கு கிணத்த பத்தி என்ன தெரியும்..பேச்சுகளை கேட்டுக்கொண்டிருக்கும் கதிர் உள்ளுக்குள் கொதித்துக்கொண்டிருக்க அடுப்பங்கரையிலிருந்து அக்கா சைகையால் கெஞ்சிக் கொண்டிருந்தார்...

நீ எலக்ஷன்ல நிக்கப்போறன்னு அந்த சக்கரபாணி ஊரெல்லாம் சொல்லினு சுத்தறான்..நில்லு நில்லு பாத்துக்கலாம்..குமரேசன் தயாராகி வர அவனோடு வேகமாய் கோபமாய் வெளியேறினான் கதிர்...

மச்சான் நம்ம ஊருக்கு தலைவராக தகுதியான ஆள்

நீதான்.. எல்லா விஷயமும் தெரிஞ்சவன்..இந்த தடவ உன்னை தலைவராக்காம ஒயமாட்டேன்...நீ வந்தா எல்லா வசதியும் கொண்டாந்துருவ..இந்த தடவ நீ தான் அன்னபோஸ்ட் தலைவர்...நீ நிக்குறனா கோதண்டம் நிக்கமாட்டாப்ல...என்று குமரேசன் ஆவேசமாக பேச அமைதியாக வண்டி ஓட்டிக் கொண்டிருந்தான் கதிர்..

கதிருக்கு ஆசையில்லாமல் இல்லை..ஆனால் படிச்சபடிப்புக்கு வேலை செய்யாமல் ஊரு சுத்தறானு சொல்லிட்டு இருக்கிற அப்பாவ எப்படி சமாதனப்படுத்தறது..யாரு சொன்னா கேப்பாரு...குழப்பத்திற்கு விடை கிடைத்தவனாய் வேகமாய் டவுனுக்கு வண்டியை செலுத்தினான் கதிர்...

கதிர் கணித்த ஆள் ரத்தினம்...

டீ கடை ரத்தினமும் வேணுப்பிள்ளையும் பால்ய நண்பர்கள்..வாடா போடா என அழைத்து கொள்வதும்..தன் குடும்ப விஷயங்களை பகிர்ந்து கொள்வதுமான நட்பு...குடும்ப கஷ்டத்தில் பள்ளிபடிப்பை பாதியில் நிறுத்திவிட்டு பெங்களூரில் ஓட்டல் வேலைக்கு சென்று விட்டார்.. அங்கேயே திருமணம் முடித்து ஊருக்கு வந்தார்..குழந்தை பாக்கியம் இல்லாததால் யாருக்காக வெளியூர் போய் உழைக்க.. அதனால் பெங்களூர் செல்லாமல் ஊரிலேயே டீ கடை வைத்தார்...

இங்கேயே அவருக்கு இருக்கும் நிலத்தில் பால் மாடுகள் வளர்க்கிறார்... தரமான டீயும் நியாயமான நடத்தையும் இவருக்கான மரியாதையாக இருந்தது...

இவரை வேணுப்பிள்ளையின் கடிவாளம் என்றே சொல்லலாம்...

இவர் சொன்னால் தட்டாமல் கேட்பார் வேணு... இப்படியானவரிடம் சொல்லித்தான் அப்பாவை சமாதானப்படுத்த முடியும்..

ரத்னம் மாமா கடையில் கோதண்டத்திற்கும் எனக்கும் வாக்குவாதம் வந்தப்ப அங்கிருந்து நாசூக்காக வெளியே அழைத்து வந்தது மாமாதானே...நீ கேட்கற கேள்விக்கு அவனால பதில் சொல்ல முடியாது..

அவன் தலை கீழ நின்னாலும் எலெக்ஷன்ல நிக்கமுடியாது..என்று சொல்லித்தானே என்னை சமாதானப்படுத்தினார்...

மாமாவிடம் நான் இந்தமுறை எலெக்ஷன்ல நிக்கிறேன் என்றேன்..

அதிர்வார் என நினைத்தேன்.. சிரித்தார்...

உனக்கு முன்னாடியே உங்கப்பன சமாதானப் படுத்திட்டேன்.. அவனும் எலக்ஷன் வரட்டும் பாக்கலாம்னு சொல்லியிருக்கான்..

கதிருக்கு ஒன்றும் புரியவில்லை.

இவ்வளவு இலகுவாக இந்த விஷயம் முடியுமென்று எதிர்பார்க்கவில்லை.. எவனையோ தலைவராக்கி இனி இந்த மக்களை ஏமாத்தம என் பையனையே நிக்க வைச்சிடலாம்.. அவன் செய்வான்.. சமயம் வரும்போது பேசிக்கலாம்னு சொல்லிடான்டா பாத்துக்கலாம் போ..என்றார் ரத்தினம்..

மச்சான் நீ சொன்ன மாதிரி தலைவர் தேர்தலில் நிக்கிறேன் கதிர் சொல்ல.. எவன் போட்டிக்கு வந்தாலும் பேசி உன்ன அன்னபோஸ்ட் ஆக்குவோம்..ஆவேசமானான் குமரேசன்..

அண்ணே மூனு ஊரு ஜனங்களும் பள்ளிகூடத்துல வந்து சேர்ந்துட்டாங்க வாங்க என்று சக்கரபாணி அழைக்க வெள்ளை உடுப்பில் பள்ளிக்கூடம் வந்தார் வேணுப்பிள்ளை..

குமரேசனும்,கதிரும் வாயிலில் நிற்க உள்ளே அழைத்தார் ரத்தினம்..

ஆளாளுக்கு அமைதியா இருந்தா எப்படி…எப்பா கோதண்டம் உன் அபிப்ராயம் சொல்லு என்றார் ரத்தினம்..

இந்த தடவ ஒரு வாய்ப்பு கொடுங்க..என் சந்தர்ப்ப சூழ்நிலை ஊருக்கு சரியா செய்யமுடியல..அடுத்த வாய்ப்பு கிடைச்சா சிறப்பா செய்யலாம்…

வேணுப்பிள்ளை எழுந்தார்…

கோதண்டத்துக்கு இந்த தடவ வாய்பில்ல என்றார்.. ஊர்சபை அமைதியாக இருக்க..

ரத்தினம் ஆரம்பித்தார் வேணுவோட பையன் கதிரை நிறுத்தனா பொருத்தமா இருக்கும் என்ற வார்த்தை சொன்னதுதான் பள்ளிக்கூடம் அதிர கைதட்டப்பட.. ரத்தினமே தொடர்ந்தார். யாருக்காவது ஆட்சேபனை இருக்கா…

ஐந்து நிமிட நிசப்தம்..

யாரும் எதிர்க்கவில்லை என்று நினைத்திருக்க ஒரு கை மட்டும் உயர்ந்து நிற்க ஊரே வாயடைத்து போனது…

கதிர் ஒருகணம் அதிர்ந்தான்..

சற்றும் எதிர்பார்க்கவில்லை.. இவனா..

ஏன் நானெல்லாம் தகுதியானவனா இல்லையா நான் நிற்கிறேன் என்று கை தூக்கி நின்றது குமரேசன்… பள்ளிக்கூட வாசலில் உள்ளே வருவதற்கு முன்கூட மச்சான் நீ தான் தலைவரு.. எவனும் ஒனக்கு போட்டிகிடையாது..வெளியே வரும்போது நீ தான் அன்னபோஸ்ட் தலைவரா வருவ என்றானே இவனா.. தன் ஆசையை என்கிட்டயே சொல்லி இருக்கலாமே..

நானும் ஜனக்கட்டுள்ளவன்தான் என் புள்ளைக்கு தகுதி இல்லையா..அவன் தான் நிப்பான் என்ற வினாயகத்துக்கு பக்கத்தில் சிரித்துக்கொண்டிருந்தான் கோதண்டம்..

வேணுப்பிள்ளையும்,வினாயகமும் இருதுருவங்களாய் நிற்க..

துரோகம் கட்டவிழ்த்து விடப்பட முதன்முறையாக வாக்குபெட்டி வைக்கப்பட்டு தேர்தல் நடக்க... தேர்தல் கலவரமாக மாற பனைகுடில்காடு உள்ளாட்சி தேர்தலில் இருதரப்பினருக்கான மோதலில் இரத்த காயங்களுடன் முப்பது பேர் அரசு மருத்துவமனையில் அனுமதிக்கப்பட்டு புகார் அடிப்படையில் கைது செய்யப்பட.. அவர்அவர்களின் ஆதவாளர்களுக்கு ஜாமீன் பெற கோரட் வாசலில் இருக்கின்றனர்..

ஊரெங்கும் இரத்த வாடை காற்றில் வீச..

ஊரை இரண்டாக்கிய சந்தோஷத்தில் மைசூருக்கு இரயிலேறியிருந்தான் கோதண்டம்..

"ஏழைகளுக்கு ஜனநாயகம் என்பது ஒடுக்குமுறையாகவும் பணக்காரர்களுக்கு ஜனநாயகமாகவும் இருக்கும். இதுவே முதலாளித்துவ சமூக ஜனநாயகம்"
—விளாதிமிர் லெனின்—

வெளிச்சம்

இந்த புத்தக அலமாரியை சுத்தம் பண்ணி கொஞ்சம் அடுக்கி வைக்கலாமில்ல..

நான் அடுக்குனா அதைக்காணோம்... இதைக்காணோமுன்னு சத்தம் போடுவீங்க... சுத்தம் பண்ணிட்டு அப்பறம் குளிக்க போங்க என்ற மனைவியின் புலம்பலில் புத்தகம் அடுக்கிவைக்கப்பட்டுள்ள மர அலமாரிகளில் தூசி பறக்க கீழே போட்டுக் கொண்டிருந்தான் செவ்வேல்...

பெரிய புத்தகம் சிறிய புத்தகம் அளவுகள் பிரித்தடுக்க ஒவ்வொரு புத்தகத்தின் எழுத்தாளர்கள், கவிஞர்கள் முகங்களும் அந்த தலைப்புகளை படிக்க அந்த கதைக்களங்களும் ஞாபகங்களாய் வர... அடுக்கிக்கொண்டே கையில் கிடைத்த ஒரு புத்தக கட்டில் பிரபல வாரப்பத்திரிகை.

கிட்டதட்ட பத்து ஆண்டுகளுக்கு முந்தைய புத்தகம்...

அட்டை படத்தில் மணல்பனை கிராம பிண்ணனியில் ஒரு திருமண ஜோடி படம்.. ஆச்சர்யமாக ஆவலோடு திறந்து படித்துக் கொண்டிருந்த செவ்வேல் ஒரு கனம் சிவ்வென்று சிலிர்த்து நினைவுகளில் மூழ்கியிருந்தான்...

ஓடையில் கரைகளில் மீன்பிடிக்க தயாராகிக் கொண்டிருந்தான் சோலைமலை... பட்டை போட்டு சட்டியில் விழுந்த மீன்களை சாக்கு பைகளில் நிரப்ப... ஓடையில் இறங்கி இடுப்பளவு தண்ணிரில் வாயில் வேப்பங்குச்சியில் பல் விளக்கிக் கொண்டே ஓடையக் கடந்து அக்கறையில் ஏறி கழனி காட்டிற்கு சென்றுக் கொண்டிருந்தான் செவ்வேல்...

மச்சான் ஜிலேபி கெண்டை இருக்கு வீட்டுக்கு அனுப்பவா.. குரல் கொடுத்தான் சோலைமலை...

உன் தங்கச்சி ஊர்ல இல்ல ..வந்தப்புறம் அனுப்பு...

இரண்டு நாள் கழிச்சி நெல்லு அறுப்பு இருக்கு கொஞ்சம் ஆளுங்கள தோது பண்ணு..

கதிரு சாய்ஞ்சு போச்சு... அறுத்திடலாம்...

சரி மச்சான், செஞ்சுடலாம் என்றான் சோலைமலை.

கழனிக்கு போய்ட்டு வா.. மீனை எங்க வீட்ல கொடுத்துட்டு டவுனுக்கு போயிட்டு வந்துர்றேன்..

சோலை மலை சொல்லிக் கொண்டேயிருக்க வரப்பில் நடையைக் கட்டிக் கொண்டிருந்தான் செவ்வேல்...

கதிர்முத்தி தலைசாய்ந்த நெல் மஞ்சள் நிறமாய் பளபளக்க...

நாலைந்து நெல்லை உருவி உள்ளங்கையில் வைத்து கசக்க அரிசியும் உமியும் பிரிய வாயில் போட்டு கடித்து பார்த்தான்..

அறுவடைக்கு தயார் என்றது அவனின் தலையசைப்பு.. தென்னை மரம் வரப்போரம் உயர்ந்து நிற்க...காற்றில் விழுந்த தேங்காய்களை பொறுக்கி மோட்டர் கொட்டகையில் போட்டு பூட்டிவிட்டு நிலத்தை சுற்றி பார்த்து விட்டு மீண்டும் ஓடையை நோக்கி நடையை கட்டினான்... வரப்பு பனியின் ஈரம் சேறாய் கால்களில் ஒட்டியிருக்க.. கால்களை ஓடைத் தண்ணீரில் கழுவிக் கொண்டிருந்தான் செவ்வேல்...

அந்த கரையில் மீன்சாக்கோடு நின்றிருந்த சோலைமலை கள்ளிப்புதர் மறைவில் நின்றிருந்த பெண்ணிடம் பேசிக்கொண்டிருந்தான்...

அந்த பெண் இவனிடம் யோவ் யோவ் இன்னோருவாட்டியா என்று குழைந்தபடி

கேட்டுக்கொண்டிருக்க..

இப்ப முடியாது நாளைக்குதான் என்று பதில் சொல்லிக் கொண்டிருக்க..

ஏலேய் செவ்வேலு மீனை வீட்ல கொடுத்துட்டு டவுனுக்கு போறன்னு சொன்ன.. இன்னும் இங்க கூத்தடிச்சிட்டு இருக்க... நானும் கழனி காட்டை சுத்திட்டு வந்துட்டேன்.. இன்னும் இங்கேயே நிக்கிற என்று குரல் கொடுத்த செவ்வேலை கண்டவுடன் வேகமாக அங்கிருந்து நடையை கட்டினாள் அந்த பெண்..

சோலைமலையும் செவ்வேலும் தூரத்து உறவுமுறை..

ஒத்த வயசு..

செவ்வேல் அப்பா கோதண்டத்திற்கு மணல்பனைதான் பூர்விகம்... படிப்பறிவில்லாத கிராமத்திலிருந்து கஷ்டபட்டு படித்து அரசு வேலை வாங்கி தன் பிள்ளைகளோடு நகர வாழ்க்கையில் கலந்து விட்டாலும் தன் பூர்வீக ஊரில் உள்ள நிலங்களையும், சொந்தங்களையும் பார்க்க அடிக்கடி வந்துவிடுவார்..

அவரின் பதவிக்காலம் முடிந்து ஓய்வு பெற்ற பிறகு தன் மனைவியோடு சொந்த ஊரில் குடியேறிவிட...

செவ்வேல் தன் பிள்ளைகளின் படிப்புக்காக சென்னையிலேயே இருந்தாலும்.. தாய் தந்தையரை பார்க்க அடிக்கடி ஊருக்கு வருவதும் நில பராமரிப்புகளில் அப்பாவுக்கு ஒத்தாசையாகவும் இருப்பது தான்...

ஊரில் நிறைய நண்பர்கள்.. ஊருக்கு வருவதே ஒரு கொண்டாட்டம்தான்...

அதிலும் சோலைமலை அடிக்கும் லூட்டிகளில் சிரித்து சிரித்து வயிறு புண்ணாகிவிடும்...

சோலைமலை ஆறாம் வகுப்பு வரை இங்கேயே படித்திருந்தாலும்... அதற்கு மேல் படிக்க வசதி இருந்தும் படிக்க ஆர்வமில்லாமல் கழனிகாட்டிலே உழன்றுக்கொண்டிருந்தான்..

பெரியவர்களும், சிறியவர்களும், இவனை சீண்டி விளையாடுவார்கள், ஒரு போதும் கோபமே படமாட்டான்.. இவனும் அவர்களை கலாய்ப்பான்.. யாரும் கோபப்படாமல் சிரித்து விடுவார்கள்... இந்த மக்களோடு இரண்டற கலந்து இருக்கும் இவனின் குறும்புகள் என்றோ ஊருக்கும் வரும் செவ்வேலுக்கு ஆச்சரியமாகத்தான் இருக்கும்.. நகர வாழ்க்கையில் இந்த தன்மை காணக்கிடைக்காதது..

சோலைமலை மேய்ந்துக் கொண்டிருந்த மாடுகளின் நீண்டகயிற்றை அவிழ்த்துவிட்டு முதுகில் வேகமாய் தட்ட எஜமானின் உத்தரவை புரிந்த இரண்டு பசுமாடுகள் ஓடைக்கரையின் ஒத்தையடிப் பாதையில் வீடு நோக்கி அசை போட்டு நடக்க.. செவ்வேலும்.. சோலைமலையும் பேசிக்கொண்டே மணி டீ கடையின் வாசலை வந்தடைந்திருந்தனர்...

ஏன்டா மச்சான் என்ன நீ நாளைக்கு பாக்கலாமுன்னு சொல்ற.. அந்த பொண்ணு யோவ்யோவ்னு கெஞ்சுது..

என்ன உன் கத... ஆர்வம் தாங்காமல் கேட்ட செவ்வேலின் கேள்வியை எதிர்பார்க்காத சோலைமலை.. மச்சான் அந்த பொண்ணு பேசனதை நீ கேட்டுட்டியா...

அது ஒன்னுமில்ல... சும்மா தமாஷா பேசிட்டு இருந்தேன்.. வேற ஒன்னுமில்லை... அதப்பார்த்தா தமாஷா தெரியலயே... சரி யாரு அந்த பொண்ணு...

ஓடைக்கு வடக்கு மூலை திரும்பறப்ப ஒரு வீடு இருக்கில்ல..

ஆமா மொட்டையன் வீடு...

நம்ம நிலத்துல வேலை செய்ஞ்சினுருந்த அம்மாச்சி மகன்... பெங்களூருக்கு கூலி வேலைக்கு போயிட்டாங்க..

அம்மாச்சி பெங்களூர்லதான இருக்கு.. எனக்கே தெரியுமே...

மொட்டையன் மட்டும்தான் அவன் பொண்ணோட ஊருக்கு வந்திருக்காப்பல...

அது சரி அப்ப அந்த பொண்ணுகிட்ட என்ன பேசுன சொல்லு... அட அத விடு மச்சான் என்று சினுங்கிய சோலையை தலையில் கொட்டிய செவ்வேல் பூஸ்ட் கலந்த டீயோடு வந்த மணியால் பேச்சு தடைபட...

என்ன செவ்வேலு எப்ப வந்த...

இரண்டு நாளாச்சு...

வந்தவுடனே கூட்டாளியோட அரட்டையை ஆரம்பிச்சாச்சா... இவன் கூட இருந்தா பொழுது போறதே தெரியாதே... என்ற மணியிடம் ஆமா இங்கேயே இருக்கறவனுக்கு டீயில பூஸ்ட் கலந்து தரமாட்டற.. கொஞ்சம் டிப்டாப்பா இருந்தா பூஸ்ட் கலந்து கொடுக்கற... உனக்கு நல்லது கெட்டதுனா நாங்க தான் ஓடி வருவோம்..

தே இவன் இன்னிக்கோ நாளைக்கோ ஊருக்கு போயிடுவான்...

எப்பவுமே உள்ளூர்ல இருக்கறவனுக்கு மரியாதையே இல்லய்யா.. ஆழாக்கு உசரத்தில இருந்துட்டு எனக்கு ஒரு டீ அவனுக்கு ஒரு டீயா போடற என்று கலாய்த்தான் சோலைமலை.

இதுவரைக்கும் குடிச்ச டீக்கு காச கொடுடா கருவாப்பயலே...

நாளைக்கு வா ஒனக்கு கழிநீர் தண்ணீல டீ போட்டு தரேன் என பதிலுக்கு மணி கலாய்க்க டீ கடையே சிரிப்பால் அதிர்ந்துக்

கொண்டிருந்தது...

என்னப்பா ஊருக்கு கிளம்பறியா என்ற அம்மாவிடம்.. ஆமாம்மா பத்துமணி பஸ்ஸில போனா சரியா இருக்கும்.. அப்பா எங்கம்மா... சித்தப்பாவும் அவரும் வண்டில போனாங்க இன்னும் சாப்பிடக்கூட இல்லை.. வர்ற நேரம் தான்.. நீ காபி குடிச்சிட்டு குளிச்சிட்டு வா..

திண்ணையில் அமர்ந்து பேசிக் கொண்டிருந்த அம்மா காபி கொண்டு வர சமையலறைக்கு செல்ல..

அய்யா இல்லீங்களா என்ற குரல்...

மொட்டையனும் அவரோடு ஒரு வயதானவரும் வந்திருக்க..

என்ன தம்பி நல்லாயிருக்கீங்களா என்றவர்

நேத்து பார்த்தேன் கழனிக்கு போயிட்டு வந்தீங்க...

ஆமாம். நெல்லு அறுவடைக்கு தயாராக இருக்கு. பார்க்க போயிருந்தேன்.

அப்பா வெளியில போயிருக்காங்க...

இருங்க அம்மாவ கூப்பிடுறேன்.. என்றான் செவ்வேல்.

பேசிக்கொண்டிருக்கும்போதே அம்மா காபியோடு வர..

வா மொட்டையா.. எப்படி இருக்க..

அம்மாசி எப்படி இருக்கு..

மூனு மாசத்துக்கு முன்னாடி வந்தப்ப நிறைய பழம் கொண்டு வந்து கொடுத்துட்டு போச்சி.. இப்ப வந்திருக்கா...

இல்லம்மா நானும் என் பொண்ணும்தான் வந்திருக்கோம்...இரண்டு நாள் கழிச்சு தான் வருவாங்க..என் பொண்ணு மாரியம்மாவுக்கு பொட்டு கட்ட போறோம்..

பத்திரிக்கை வெக்கலாம்னு வந்தேன்...

அய்யா வந்தா சொல்லிடுங்கம்மா..

பத்திரிக்கையோடு வெற்றிலை மண்பாக்கு இரண்டு வாழைப்பழம் சகிதம் கொடுக்க, பத்திரிக்கையும் பழங்களும் எடுத்து கொண்ட அம்மா தட்டை திருப்பி கொடுக்க..

பக்கத்தில் அக்ரி மாமா வீட்டிற்கு பத்திரிக்கை கொடுக்க சென்றுக்கொண்டிருந்தனர் மொட்டையனும், அந்த பெரியவரும்...

பொட்டுக்கட்டடல் என்ற ஒரு விழாவா...

மீண்டும் மீண்டும் அந்த அழைப்பிதழை படிக்கிறேன்... இதைப்பற்றி யாரிடம் கேட்பது..

அம்மா அழைப்பிதழை வாங்கி கொண்டு படித்து பார்த்தார்...

வந்துவிடுதாக சொன்னாரே...

அப்ப அம்மாவுக்கு தெரியும்...

அம்மாவிடம் கேட்டேன்..

பொட்டு கட்றதுன்னா என்னம்மா..

அம்மா சொன்னார்கள்.. வீட்ல பொறக்கிற குழந்தைங்க தொடர்ந்து பிறந்து இறந்துடும்..

அப்படி தொடர்ந்து நடக்கறது தெய்வ குத்தம்... இனி அடுத்து பிறக்கறது ஆண் குழந்தையாய் இருந்தா குப்பையில் பிரட்டி குப்பன்னும்.. பெண்ணா இருந்தா மாரியம்மான்னும் பெயர்வைத்து அவள் பருவ வயசு அடைந்தவுடன் சடங்கு செய்ஞ்சு கோவிலுக்கு நேர்ந்து விட்டுற்றேன்னு வேண்டிக்குவாங்க...

அப்படி வேண்டுதலுக்கு பிறகு பொறந்த குழந்தைதான் இந்த பொண்ணு..

சடங்கு முடிந்த நாள் முதல் அந்த பெண் ஊருக்குப் பொதுவானவர். ஆலயத்தில் தொண்டு செய்வதுதான் அவரது வாழ்நாள் முழுவதுமான வேலை.

யாரையும் திருமணம் செய்யக் கூடாது.

மரணம் வரையில் அங்கேயே அப்படியே வாழ்ந்து சாக வேண்டும்.

அம்மா சொன்ன விஷயம் அதிர்ச்சியாகவும், ஆச்சர்யமாகவும் இருக்க பிரமித்திருந்தான் செவ்வேல்...

சென்னைக்கு செவ்வேலை பஸ் ஏற்ற வந்தான் சோலைமலை..

ஏன் மச்சான் இந்த மொட்டையன் பொண்ணுக்கு பொட்டு கட்டற சடங்குனு ஊருக்கெல்லாம் பத்திரிக்கை கொடுத்து விழா எடுக்கறாங்களே.. அத பத்தி உனக்கு எதனா தெரியுமா..

என்ற என்னை ஒரு கனம் ஏற இறங்க பார்த்தவன்.. இதெல்லாம் இங்க சாதாரணம்.. ஏற்கனவே நம்ம ஊரில் ரெண்டு மூனு பேரு இருக்காங்க..

இந்த பெண்கள் யார் மேலயும் உரிமை கொண்டாடமுடியாது. ஆனால் இவர்களை யார்வேண்டுமானாலும் அனுபவித்து கொள்ளலாம் என்பதால இங்க நிறைய பேரு பொண்டாட்டிய விட்டுட்டு ஆட்டம் போடறானுக..

ஓ அந்த நினப்புலதான் அன்னிக்கு ஓடையில அந்த பொண்ணுகிட்ட பேசிகிட்டு இருந்தியா..

அந்த பொண்ணுக்கு பொட்டுகட்டபோறாங்கனு நீ

சொல்லித்தான் எனக்கே தெரியும்...

அப்ப அந்த பொண்ணு யோவ் யோவ் ஒரு வாட்டியானு உங்கிட்ட சிணுங்கனதுக்கு என்ன அர்த்தம்..

நான் கேட்டதுக்கு அப்படியே மழுப்புன...

இல்ல மச்சான் மேய்ஞ்சினுருந்த பசு மாட்டு பால்காம்புல பால பீய்ச்சி விளையாடிட்டு இருந்தது அந்த பொண்ணு..

அதுக்காக அந்த பொண்ணை அதட்டுனேன்.. வெள்ளந்தியான அந்த பொண்ணு நான் திட்டுனது கூட புரிஞ்சுக்காம குழந்தை போல கெஞ்சுது.. இன்னிக்கு வேண்டா நாளைக்கு பாக்கலாமுன்னு சொல்லிட்டு மாட்டை வீட்டுக்கு ஓட்டி விட்டேன்..

இந்த விளையாட்டு பொண்ண சடங்கு வேண்டுதல்னு நேந்து விடப்போறாங்க.. தனக்கு என்ன நடக்கப்போக போகுதுன்னு தெரியாம விளையாட்டு குழந்தையா சுத்திக்கினு இருக்கு... பாவம்..

சரி நீ பஸ் ஏறு... தங்கச்சிய கேட்டனு சொல்லு... பாரமான மனத்தோடு பஸ்ஸில் சலனமற்று பயணித்துக்கொண்டிருந்தான் செவ்வேல்...

இரண்டு நாட்கள் மனம் கனத்திருந்தாலும் படிப்படியாக குழப்ப மனநிலையிலிருந்து நீங்கி தன் வேலை மேல் கவனத்தை செலுத்தியிருந்தான் செவ்வேல்...

ஓய்வு நேரங்களில் தன் இலக்கிய நண்பர்களுடன் பேசுவது, விவாதிப்பது என்பதே அவனுக்கான நேரச்செலவிடல்... அப்படியான ஒரு சந்திப்பில் தன் ஊரில் நடக்கபோகும் பொட்டுகட்டல் நிகழ்வு குறித்து நண்பர்களிடம் சொல்லிக்கொண்டிருக்க ஆச்சரியமாக கேட்டுக் கொண்டிருந்தார் வழக்கறிஞர் ஆறுமுகம்..

அறுவடைக்கு ஊருக்கு போறேன் மூனு நாலு நாள் ஆகும்..

மனைவியிடம் விடைபெற்று மீண்டும் ஊர் வந்து சேர்ந்த செவ்வேல் கழனிகாட்டிற்கு உடை மாற்றி புறப்பட்டு விட்டான்..

வெட்டப்பட்ட பச்சை தென்னை ஓலைகளை ரெண்டு பேர் பிண்ணிக் கொண்டிருக்க.. ஒரு வார காலத்தில் நடக்கப்போகும் பொட்டுக்கட்டலுக்கு தயாராகிக் கொண்டிருந்ததது மொட்டையன் வீடு...

ஓடையில் இறங்கி கழனிக்கு சென்று வரப்பில் நின்றவனின் பின்னால் மூச்சிறைக்க ஓடி வந்தான் சோலைமலை...

என்ன மச்சான் நான் ஊருக்கு வந்து எறங்கனதும் வாசம் புடிச்சினு பின்னாடியே வந்துட்டியா..

ஏய் உன்ன பாக்கத்தான் வீட்டுக்கு போனேன்..

உன்ன பாக்க ரெண்டு பேரு ஊரில் இருந்து வந்திருக்காங்க...

அதான் சொல்ல ஓடி வந்தேன்...

வீட்டின் வெளியே பச்சை நிற பியட்காரை கண்ட செவ்வேல் யாராயிருக்கும் என்று யோசித்தபடி.. வீட்டிற்குச் செல்ல.. நண்பர் வழக்கறிஞர் ஆறுமுகத்தோடு ஒருவர் அமர்ந்திருந்தார்..

வாங்க.. வாங்க.. என்றேன். அம்மா காபி என்று குரல் கொடுக்க.. ஆறுமுகம் இடைமறித்தார் நீங்க வர்றதுகுள்ள காபி சாப்பிட்டாச்சு... இவர் என் நண்பர் நடராஜன் பிரபல வார பத்திரிக்கையின் தலைமை ரிப்போர்ட்டர்.. நீங்க சொன்ன அந்த பொட்டு கட்டல் விஷயத்தை சொன்னேன்... இதெல்லாம் எப்பவோ அரசாங்கம் தடை போட்டாச்சு..இன்னுமா இப்படியெல்லாம் நடக்குது என்றவர்..

வாங்க அதை கவர் பண்ணலாமுன்னு கூப்பிட்டாரு.. உங்கள தேடி வீட்டுக்கு போனா கிராமத்துக்கு போயிருக்காருனு மனைவி சொன்னாங்க..அதான் இங்கேயே வந்துட்டோம்...

நடராஜன் பேச ஆரம்பித்தார்..

கோவில்களில் கடவுள்கள் பெயரால் பெண்களுக்கு பொட்டு கட்டி அவர்களை பொது மகளிர்களாக்கி வரும் ஒரு கெட்ட வழக்கம் ஒரு வகுப்பிற்கே உரியது என்பதாகி இயற்கையோடு கலந்த ஒரு தள்ளமுடியாத கெடுதியாக இந்த நாட்டில் நிலைபெற்றுவிட்டது. இந்த வழக்கத்தை தடை செய்ய பல வருடங்களாக பல பத்திரிகைகள் மற்றும் சமூக அமைப்புகளும் குரல் கொடுத்தன. அதன் நீட்சியாக..

1947ல அக்டோபர் 9ந்தேதி சட்டசபையில டாக்டர் முத்துலெட்சுமி ரெட்டி முன்மொழிய, அதை அன்றைய முதலமைச்சர் ராஜாஜி தடை போட மறுத்தார். முத்துலெட்சுமி ரெட்டியின் பெரும் விவாத்திற்கு பிறகு தேவதாசி தடை சட்டம் நிறைவேற்றப்பட்டது..

அதையும் மீறி, இது வேற வெர்ஷனா இப்படி இங்க நடக்குது போல... வாங்க நேரடியாக அவங்கள சந்திப்போம்.. அறிமுகம் மட்டும் பண்ணி வைங்க நான் பேசிக்கிறேன் என்றார்.

நாங்க பொட்டு கட்டறது சம்மந்தமா சினிமா படம் எடுக்கறோம்.. உங்க வீட்ல விசேஷம் நடக்கறதா செவ்வேல் சொன்னாரு... என்றதும் ஆர்வமாக எதற்காக என்பதை விலாவரியாக சொல்லி முடித்தார் மொட்டையன்...

இது இந்த ஊரில் மட்டும்தானா.. இல்ல வேற எங்காவது இப்படி நடக்குதா... சுத்துபட்டு எல்லா ஊர்களிலும் இந்தப் பழக்கம் உண்டு..

மொட்டையன் பத்து பதினைந்து ஊர்களின் பெயர்களை கடகட வென்று சொல்ல நடராஜன் நிலைகுலைந்துதான் போனார்...

போட்டோ கேமராவில் எல்லோரையும் படம்பிடித்தார்.. ஆர்வமாய் குடும்பமே போஸ் கொடுத்தார்கள்... சினிமாவில உங்க போட்டோல்லாம் வரும்... என்று விடை பெற்றோம்..

சாப்ஜி கமால் காதர்ஷா | 85

சினிமாவில தன் போட்டோ வரும் என்ற சந்தோஷத்தில் சடங்கு செய்யும் வேலைகளில் ஐரூர் ஆனார் மொட்டையன்...

கிட்டதட்ட முப்பதுக்கு மேற்பட்ட கிராமங்களில் சினிமா எடுப்பதாக சென்று பேட்டி எடுக்க அனைவரும் ஆர்வமாக போட்டோவுக்கு போஸ் கொடுத்துக்கொண்டிருந்தனர்...

நெல்அறுவடை ஆட்கள் அரிவாளால் அறுத்துக் கொண்டிருக்க.. வெயிலின் தாக்கம் தாங்காமல் தலையில் தலைப்பாகை கட்டி நின்றுக் கொண்டிருந்தான் செவ்வேல்...

சோலைமலை டீ சாப்பிட்டு வர்லாம் வா.. என்று அழைக்க, டீ குடித்துக்கொண்டிருந்தோம்.

எங்களை கடந்து மூன்று தமிழ்நாடு அரசு ஜீப்களில் போலீஸோடு வருவாய்துறை அதிகாரிகள்.. மொட்டையன் வீட்டை முற்றுக்கையிட அவர்களின் கைகளில் பிரபல வார பத்திரிக்கை..

அட்டை படத்தில் மொட்டையன் குடும்பத்தோடு சிரித்துக் கொண்டிருந்தார்..

அதிகாரிகள் தேவதாசி தடுப்பு சட்டம் பற்றி அவர்களிடம் எடுத்துரைக்க.. அவர்கள் தெய்வ குற்றம் என பேச பெரும் கலவரம் நடந்துக்கொண்டிருந்தது..

இதையும் மீறி சடங்கு நடந்தா எல்லாரும் ஜெயிலுக்கு தான் போகனும்.. என்று அதிகாரிகள் கூற, சரிங்க இதுக்கு என்னதாங்க முடிவு.. என்று கேட்ட செவ்வேலிடம்.

அந்த பொண்ணுங்க என்னய்யா பாவம் பண்ணாங்க.. உங்க வீட்டு புள்ளய நீங்களே சீரழிக்கிறீங்க...

அந்த பொண்ணுக்கு இப்பவே கல்யாணம் பண்ணி வைங்க... எல்லா ஊருக்கும் அதிகாரிங்க போலீஸோட போயிருக்காங்க.. அங்கயும் கல்யாணம் பண்ணி வச்சிட்டுதான் வருவாங்க...

பெரும் குழப்ப கலவரங்களுக்கு பிறகு பெங்களூரிலிருந்து பொட்டுக்கட்ற நிகழ்ச்சிக்கு வந்திருந்த சொந்தக்காரப்பையனை உடனடியாக மாப்பிள்ளையாக்கி திருமணம் முடிச்சி பெங்களூர் போய் சேர்ந்தாங்க மாரியம்மாளும் மாப்பிள்ளையும்.

அன்று கிட்டதட்ட முப்பது இடங்களில் பொட்டுகட்டல் தடுக்கப்பட்டு, திருமணங்கள் நடந்தாக பிரபல பத்திரிக்கையின் அட்டைபடத்தில் ஜொலித்துக்கொண்டிருந்தனர்..

மூன்று ஆண்டு வேலை நிமித்தமாக வெளிநாடு சென்றிருந்தான் செவ்வேல்..

மூன்றாண்டுகளாய் காணாத கழனிகாட்டுக்கு வழியிலிருந்த வேப்பமரத்தில் வேப்பங்குச்சி உடைத்து மிருதுவாக பல்துலக்கிக் கொண்டே ஓடையை நோக்கி நடக்க.. இடுப்பில் ஒரு குழந்தையோடும்.. கைபிடித்தபடி ஒரு குழந்தையோடும்... மாரியம்மாள் சென்றுக் கொண்டிருக்க... கள்ளிப்புதர் ஓரம் நின்றுக் கொண்டு சோலைமலை மீன்பிடித்துக கொண்டிருந்தான்..

கழனி சுற்றி பார்த்து தேங்காய்களை பொறுக்கி மோட்டர் கொட்டகையில் போட்டுவிட்டு திரும்ப வருகையில். யோவ் யோவ் ஒரு வாட்டியா எம்புள்ளைங்களுக்காகய்யா.. என்று மேய்ந்து கொண்டிருந்த மாடுகளில் பால் கறந்து விளையாட சிணுங்களோடு சோலைமலையிடம் கொஞ்சலாக கெஞ்சிக்கொணடிருந்தாள் மாரியம்மாள்.

இனம்புரியாத சந்தோஷத்தில் எதையோ சாதித்ததுபோல் கம்பீரமாக நடந்துகொண்டிருந்தான் செவ்வேல். வாழும் வாழ்க்கை அர்த்தமாகியிருந்தது.

"தேடிச்சோறுநிதந் தின்று
பல சின்னஞ் சிறுகதைகள் பேசி
மனம் வாடித் துன்பமிக உழன்று
பிறர் வாடப் பல செயல்கள் செய்து
நரை கூடிப் கிழப்பருவம் எய்தி
கொடுங் கூற்றுக் கிரையெனப்பின் மாயும்
பல வேடிக்கை மனிதரைப் போல
நான் வீழ்வே னென்று நினைத்தாயோ?"

மகாகவி பாரதியார்

வாட்ச்

குளிரூட்டப்பட்ட வங்கியின் காத்திருப்பு நாற்காலிகளில் பெரும் கூட்டம் அமர்ந்திருக்க.. நானும் அவர்களோடு ஒரு இடம் தேடி அமர்ந்து கொண்டேன்..

யாரை சார் பாக்கணும்..

வெள்ளை உடையில் வந்த அட்டெண்டர் கேட்க மேனேஜர் சார பாக்கணும் என்றேன்..

ஒரு பத்து நிமிஷம் உட்காருங்க உள்ள பேசிட்டு இருக்காங்க.. என் பக்கத்தில் இருந்தவரை காட்டி இவர் போய் பார்த்த பிறகு நீங்க போங்க என்று சொல்ல

நானும் காத்திருந்தேன்...

அறையில் மல்லி தோரணம் சர்வ மத சாமிகளுக்கு போட்டிருக்க..

மேனேஜர் டேபிளில் பைல்கள் புத்தகங்களுக்கு நடுவே புதைந்திருந்தார்...

எனக்கு பக்கத்தில் இருந்தவர் உள்ளே சென்று வர நான் ஆயத்தமாகிவிட்டேன்...

வணக்கம் சார்.. என்றேன்...

என்னை பார்க்காமலேயே உட்காருங்க என்றார்... கம்பியூட்டர் மௌஸை டேபிளில் தடவி தடவி கீ போர்டில் தட்டி..தட்டி.. டைப் செய்தார்...

ஐந்து நிமிட நிசப்தம்... என்ன சொல்லுங்க...

லோன் விஷயமா பேசனும்... தலையை சொறிந்தவர் வெளியே பீல்ட் ஆபிசர் இருப்பாங்க அவங்கள பாருங்க...

சார் அது வந்து..பேச நேரம் இல்ல.. வேலை நிறைய இருக்கு..தலையை கம்பியூட்டர் பக்கம் திருப்பிக் கொண்டார்...

பீல்ட் ஆபிசரிடம் பெரிய வரிசை...

ஏற்கனவே என் பக்கத்தில் உட்கார்ந்து இருந்தவர் அங்கே அமர்ந்திருக்க பக்கத்தில் அமர்ந்துக் கொண்டேன்...

முப்பது வயது மிக்க பெண்ணாக இருப்பார் என நினைக்கிறேன்... கரும்பு லோன் கேட்ட பெரியவர் ஒருவரிடம் சத்தமாக பேசிக்கொண்டிருந்தார்...

எனக்கு முன் நான்கு பேர் காத்திருந்தனர்...

என்ன பேசுவது என்று ஒரு தடவை மனதளவில் சொல்லி பார்த்தேன்...

நான்கு பேரிடமும் நான்கு விதமாக பேசினார்.. நமக்கு என்ன சொல்லபோகிறாரோ குழப்பம்... மன உளைச்சல் அதிகமாகியது...

எப்படியெல்லாம் வாழ்ந்திருக்கலாம்..

வாழ தெரியாம வாழ்ந்துட்டோமோ...

என்ன சம்பாரிச்சாலும் இந்த பணத்தை சேத்து வைக்கிறது ஒரு கலைதான்...

அது நம்மகிட்ட இல்ல போல... சிக்கனமா வாழலையோ... தொழில்ல ஜெயிக்கனும்னு கடன் வாங்கியது எப்படி வாங்கனும்னு தெரியாம வாங்கிட்டு சம்பாதிச்சு சம்பாதிச்சு வட்டியா கட்டிட்டு அசல் கட்ட முடியாம.. அசலுக்காக வேற இடத்தில ராசிவட்டி வாங்கிட்டு

அங்க பத்து நாளைக்கு ஒரு தடவ வட்டிய கட்டறதுக்கு தயாராகனும்..

ஒரு நாள் தவறானாலும் பெனால்டி போட்டுவான்... லட்சம் ரூபாய்க்கு ஆயிரம் பெனால்டி...

அதுக்கும் அங்க போயி சொல்லிட்டு வரனும்..

அவமானமாயிருக்கும்..

வேற வழி இல்லை புலிவால் புடிச்சிட்டோம்... விட்டா கீழ விழுந்திருவோம்...அசலும்..ராசிவட்டியும் கழுத்த சுத்த தொழில் மேல கவனமில்லாம...

என்ன பண்றதுனு தெரியாம...

இப்ப இங்க வந்திருக்கேன்..

கண் கெட்ட பிறகு சூரிய நமஸ்காரம்...

வணக்கம் மேடம்... என் பேர் பாரசீகன்..

வணக்கம் சொல்லுங்க..

என்ன நினைத்தாரோ தெரியவில்லை.. ஏற இறங்க பார்த்தார்.. எதிரே கைகாட்டி அமர சொன்னார்... அமர்ந்து கொண்டேன்..

செல்போன் ஒலிக்க எடுத்து பேசிக்கொண்டிருந்தார்... எப்படி துவங்குவது மனம் யோசித்துக் கொண்டே இருக்க.. சொல்லுங்க என்றார்...

தொழில் தொடங்க மிஷினரி வாங்கனும்... லோன் கிடைக்குங்களா...

இந்த பேங்க்ல உங்களுக்கு அக்கவுண்ட் இருக்கா..

இல்லை மேடம் வேற பேங்க்ல இருக்கு மேடம்..

அங்க கேக்கலியா..

கேட்டேன்..

நாலு மாசம் காலையில மதியமுனு போனேன்...

நாலு மாசத்திற்கு பிறகு ஒரு நாள் சாயந்திரம் பேங்ல போய் காத்திருந்தேன்..

ஒரு மணி நேரத்துக்கு பிறகு மேனேஜர் அவர் கேபினுக்கு கூப்பிட்டார்...

சாரி சார் சொல்றேனு கோச்சிகாதிங்க.. உங்களுக்கு லோன் கிடைக்காதுனுட்டு நாலு மாசமா அவரு கேட்க..கேட்க.. நான் கொடுத்த எல்லா பேப்பரையும் மொத்தமா எடுத்து கையில் கொடுத்துட்டாரு மேடம்...

லோன் இல்லைன்றதுக்கு ஏதாவது காரணத்த சொன்னாரா..

அப்படி எதுவும் சொல்லலியே மேடம்...

நீங்க கேட்கலியா..

இல்லை மேடம் நாலு மாசமா கிடைக்காதது இனிமே நாம பேசி கிடைச்சிடவா போவுதுனு நினைச்சேன்.. அதனால நான் பேப்பர்ஸ் வாங்கிகுனு வந்துட்டேன் மேடம்..

அந்த பேப்பர்ஸ குடுங்க.. வாங்கி பார்த்தார்.. இந்த கொலட்ரால் டாக்குமெண்ட் யாருடையது...

என் அக்காவுடையது.. அவங்கதான் ஹெல்ப் பண்றாங்க..

சரி கொடுத்துட்டு போங்க..

என் ஊரு பழனி.. இங்க ஜாயிண்ட் பண்ணி பத்து நாள் தான் ஆச்சு... வீக் என்ட் இரண்டு நாள் இல்ல மன்டே வாங்க என்றார்..

நீண்ட நாள் பழகியவர் போல் சகஜமாக பேசினார்...

நிறைய வார்த்தைகள் ஆங்கிலத்தில் பேசினார்...

பெரும் நம்பிக்கையோடு எழுந்தேன்... மேடம் ஒரு விஷயம் நினைவுக்கு வந்திச்சி அத சொல்லட்டுங்களா...

ம்... சொல்லுங்க..

அந்த பேங்ல மேனேஜர் பேப்பர்ஸ் கொடுத்துட்டு எங்கிட்ட சொன்னார்..

உங்க பிரண்ட்ஸ்ங்கிட்ட கொஞ்சம் கவனமா இருங்கனு சொன்னார் மேடம்...

அந்த டென்ஷனுல அவருகிட்ட விளக்கம் கேட்கல.. நெற்றி சுருக்கி என்னை பார்த்தார்...

சரி அதவிடுங்க.. பாத்துக்கலாம்..

வரும்போது அந்த பேங்க்ல மூனு வருஷ டிராக்ன்ஷக்சன் ஸ்டேட்மெண்ட் வாங்கிட்டு வாங்க என்றார்...

கண்களில் புது வெளிச்சம் பாய்ந்தது போல் இருந்தது..

லோன் கேட்க வங்கிக்கு போனதில் பீல்ட் ஆபிசர் கேட்டாங்க ஏன் அந்த வங்கில லோன் தரல.. காரணம் கேட்டகலையானு கேட்டாங்க.. ஆமா நான் ஏன் கேட்கல... கிளம்பும் போது நண்பருங்ககிட்ட கவனமா இருங்கனு சொன்னாரு..

குழப்பங்கள் மண்டைக்குள் புகுந்து கிறுகிறுத்தது..

யாராயிருக்கும்...

யோசனையோடு பல கோணங்களில் உழல்கிறேன்... இரண்டு நாட்கள் தூக்கமின்மை கூடுதலான மன அழுத்தம்...

பேங்க் ஸ்டேட்மெண்ட் வாங்க போறப்ப மேனேஜர்கிட்ட

கேட்கணும்...

மாடவீதி சுற்றி தீவிர நடைபயிற்சி... மார்கழியின் பனிக்காற்று.. சற்று மன அழுத்தத்தை குறைத்திருக்கிறது...

டிசர்ட் வியர்வையில் நனைந்திருக்க.. நடைபயிற்சிக்கு பிறகு எப்பொழுதும் ஆசுவாசப்படுத்திக்கொள்ளும் தேரடி வீதி ஹோட்டல் அன்னபூரணியில்..

ஒரு காபி என்றேன்..

பின்பக்கமாய் ஒரு குரல்.. இரண்டு காபி என்றது...

திரும்பி பார்க்கிறேன்.. அன்னபூரணி ஓட்டல் உரிமையாளர் நண்பர் மகேஷ்.. அதென்ன நீங்க மட்டும் தனியா குடிக்கிறது.. நாங்களும் குடிப்போம்..

ஏங்க உங்க ரெஸ்டாரெண்ட் எப்ப வேணா குடிக்கலாம் என்றேன்.. அது வேற.. உங்க கூட குடிக்கறது ஒரு சந்தோஷம் தானே என்றார்...

கடை முழுவதும் கூட்டத்தால் நிரம்பியிருந்தது.. ஆத்மார்த்தமான அன்பையும்,சுவையையும் நிரம்ப வழங்கும் நண்பர் மகேஷின் வியாபாரம் எப்படி வெற்றி அடையாமல் போகும்...

சூடான காபி டேபிளில் கமகமத்தது...

அப்புறம் நிறுவனம் ஆரம்பிக்க பேங்க் போனிங்க என்ன ஆச்சி என்றார்..

இல்லைனு சொல்லிட்டாங்க..

அதுவே பெரிய டென்ஷனா இருக்கு மகேஷ்...

வேற பேங்குலதான் கேட்டுருக்கேன்... அக்கவுண்ட் ஸ்டேட்மெண்ட் கேட்டாங்க.. வாங்கதான் போயினுருக்கேன்.. எந்த பேங்க்ல இப்ப கேட்டிருக்கீங்க..

பக்கத்து காம்ப்ளக்ஸ்ல மாடில இருக்கிற நேஷனல் பாங்க் தான்... அதோ காபி சாப்பிட்டுனு இருக்கும் அவரையா பாத்திங்க...

என் முகத்தை ஏரெடுத்து பார்க்காத அந்த வங்கி மேனேஜர் காபி சாப்பிட்டுக் கொண்டிருந்தார்...

இவர் என் நண்பர்.. பிரிண்டிங் நிறுவனத்துல பங்குதாரர்.. ஏற்கனவே பெரிய ரெடிமேடு கடை நடத்திட்டு இருந்தாரு.. பரஸ்பர அறிமுக சம்பிரதாயங்களை மகேஷ் செய்து வைக்க...

சார் இரண்டு நாளைக்கு முன்னால பேங்க் வந்தேன்.. நீங்க பீல்ட் ஆபிசரை பாக்க சொன்னீங்க.. அவங்க ரெண்டு நாள் கழிச்சி வரச்சொன்னாங்க....

இன்று சிரித்தார்..

காபியை ஒரு வாய் உறிஞ்சினார்..

நான் இங்க வந்து ஒரு மாசமாகுது.. இப்போதைக்கு எனக்கு ஒரே நண்பர் மகேஷ்தான்... இங்க தான் மூன்று வேலையும் சாப்பிடுறேன்... புதுசா வந்ததால் யாருடைய அறிமுகம் அவ்வளவா இல்ல.. ஏற்கனவே இருந்த மேனேஜரால கொஞ்சம் குழப்பம்... அதை டேலி பண்றதல ஒரே டென்ஷன்.. அதனால தான் பீல்ட் ஆபிசர பாக்க சொல்றேன்.. இன்பேக்ட் அவங்களும் புதுசுதான்..

மகேஷ்க்கு நண்பர்னா எனக்கும் நீங்க நண்பர்தான்.. பேங்குக்கு வாங்க பாத்துக்கலாம் என்றார்...

வங்கி வாசலில் வண்டி நிறுத்த இடமில்லாமல் டவுன் போலீஸ் ஸ்டேஷன் வாசலில் வண்டியை நிறுத்திவிட்டு பெரிய கண்ணாடி கதவை திறக்க கை வைத்தேன்.. உள்ளிருந்து ஒருவர் திறக்க உள்ளே சென்று மேனேஜர் பார்க்க அமர்ந்து கொண்டேன்... செக்யூரிட்டி தோளில் துப்பாக்கி மாட்டிக் கொண்டிருக்க அவரின் பின்னால் டிரங்க் பெட்டியுடன் வங்கி

ஊழியர் மேனேஜர் அறையை தாண்டி உள்ள கேஷியர் கவுண்டருக்குள் செல்ல..

வெளியே என்னை பார்த்த மேனேஜர் கை அசைத்தார்...என்ன விஷயம் என்றார்... மூனு வருஷ பேங்க் ஸ்டேட்மெண்ட் வேணும்..

இண்டர்காமில் வங்கி ஊழியரிடம் சொன்னார்..

சார் அன்னிக்கு நண்பர்கள்கிட்ட ஜாக்கிரதையா இருக்க சொன்னீங்க.. எனக்கு நிறைய நண்பர்கள்..

யாருனு சொன்னீங்கனா...

முடிப்பதற்குள் சொன்னார்...

இங்க உங்க பங்குதாரரின் நண்பர் நிறைய டிரான்சக்ஷன் பண்றார்..

அவருடைய பிரஷர் தான்...

நீங்க பிரிஞ்சிட்டிங்களாமே.. இப்ப அந்த நிறுவனத்துல நீங்க இல்லையாம்.. தனியா ஆரம்பிக்க போறாரு... அதனால் எந்த உதவியும் செய்யாதிங்கன்றாரு..

யாருனு உங்களுக்கே தெரியும்...

லோன் கொடுக்கலான்னாலும் உங்ககிட்ட சொல்லனுமுனு தோணுச்சி... பார்த்துகங்க..

ஸ்டேட்மெண்ட் வாங்கிக் கொண்டேன்..

வண்டி எடுத்துக் கொண்டு வீட்டைந்தேன்...

இந்த உலகத்தில் இப்படியுமா இருப்பார்கள்...

நான்கு பங்குதார்ர்களில் ஒருத்தர் விலகும் போதும் மனைவியின் அக்காவிடம் கடன் பெற்று கொடுத்தேன்..

இரண்டு பங்குகள் எனக்கானதாக இருந்தது..

ஒரு பங்குதாரர் தானும் விலகுகிறேன்... பெரும் நெருக்கடியில் இருக்கிறேன்... எனக்கு செட்டில் செய்யுங்கள் என்றார்.. முடிந்த அளவுக்கு பேசிப்பார்த்தோம்.. பிடிவாதமாக இருந்தார்.. கணக்கு வழக்கு பார்த்தோம்.. யார் நிறுவனத்தை எடுத்து நடத்துவது... பேசினோம்...

கஷ்டம் என்றவர்..

விலகுகிறேன் என்று சொன்னவர்...

நானே எடுத்துக்கொள்கிறேன் என்றார்...

அதிர்ந்தேன்..

அதற்கு நேரடியாகவே நிறுவனம் வேண்டும் என்று சொல்லி இருக்கலாமே...

கணக்கு பார்க்கும் முன்பு வரை அண்ணா என்றழைத்தவர்..

யோவ் கொடுத்துட்டு போயா என்றார்...

இன்னொரு பங்குதாரர் அதை ஆமோதிப்பது போல் அமைதியாக இருந்தார்..

இரண்டு மாதத்தில் செட்டில்மெண்ட் என்றார்கள்..

இவர்களின் நாடகம் அரங்கேற்றப்பட்டு நிறுவனத்தை விட்டு வெளியேற்றப்பட்டேன்..

இரண்டு பங்குகளுக்கான தொகையை கொடுப்பதாக சொன்னதோடு சரி.. இதுவரை வரவில்லை.. ஏமாற்றப்பட்டேன்...

கோபம்.. துரோகம்..

சண்டாளன் வாழ்வான் சந்ததி வாழாது.. என்று ஏமாற்றத்தின் வலியால் கத்தினேன்.. வெளியேறினேன்..

சிரித்துக் கொண்டிருந்தார்கள்..

இப்போது வங்கியிலும் அவர்களின் செல்வாக்கை காட்டுகிறார்களே.. கண்ணீரை கட்டுப்படுத்தமுடியாமல் விம்மி விம்மி அழுகிறேன்..

இந்த ஏமாற்றத்தை தாங்கமுடியாத மனது இரவு முழுவதும் அழுகிறது... இனி எல்லா இடத்திலும் அவர்களின் செல்வாக்கால் நான் தடுக்கப்படுவேன்... என் முன்னேற்றத்தை தடுக்கும் யுக்திகள் கையாளப்படும்..

வங்கியில் கடன் வாங்கும் முயற்சி வீண் என உணர்ந்தேன்.. பத்து நாட்கள் யாரையும் சந்திக்காமல் வீட்டிலேயே முடங்கிவிட்டேன்...

செல்வம் டீ கடையில் செய்தித்தாளை நான்கு பேர் பங்குபோட்டிருக்க.. மாவட்ட செய்திகள் தலைப்பிட்ட தாள் என்கையில்..

நேஷனல் வங்கி மேலாளருக்கு கொலை மிரட்டல்.. மிரட்டியவர் கைது... என்ற செய்தி படிக்கிறேன்..

இவர் அன்று ஹோட்டலில் சந்தித்தவராயிற்றே...

நாம் கடன் கேட்ட வங்கியின் மேலாளர் ஆயிற்றே... நீங்களும் எனக்கு நண்பர்தான் என்றாரே... ஊருக்கு புதியவர்.. லோன் கேட்டவருக்கு எலிஜிபிள் இல்லைனு சொன்னதுக்கா வீட்ல போய் கொலை மிரட்டல் விடுவாங்க...

என்ன உலகம்டா இது... நமக்கு கூடத்தான் கொடுக்கக்கூடாதுனு தடுத்தாங்க.. யாரை நொந்துக்கொள்வது...

சரி... அவரை சந்தித்து ஆறுதல் சொல்வதுதானே மனித மாண்பு...

சார் வாங்க என்றார்...

தன் அன்றாட பணிகளில் ஆர்வமாக செய்துக் கொண்டிருந்தார்.. சார் வேலயா இருக்கீங்க போல அப்புறமா வரட்டுங்களா... அதல்லாம் ஒன்னும் இல்ல உட்காருங்க...

சார் காலையில செய்தித்தாள் பார்த்தேன்.. உங்களுக்கு கொலை மிரட்டல்னு போட்டுருந்தாங்க... என்ன சார் பிரச்சினை..

இரண்டு நாளா லோன் கேட்டான்.. நம்ம டேர்ம்ஸ் செட்டாகல... இல்லைனு சொன்னேன்.. குடிச்சிட்டு வீட்டுகிட்ட வந்து தகராறு பண்ணான்... அந்த நேரம் சென்னையிலிருந்து என மனைவி போன் பண்ணாங்க... அவங்ககிட்ட குடிச்சிட்டு வந்து தகராறு பண்றதை சொன்னேன்...

என் மனைவியும் டிஜிபி மனைவியும் ஒரே ஆபிஸ்ல வேலை பாக்கிறாங்க.. அவங்க மூலம் லோக்கல் ஸ்டேஷனுக்கு போன் பண்ணீட்டாங்க...

தகராறு பண்ணிட்டு. வெளியே வா உன்ன குத்திடுறேன்.. வெட்டிடறேன்னு கத்திட்டு இருந்தான்.. போலிஸ் வந்து தூக்கிட்டு போயிடுச்சு..பேப்பர் நியூஸ் ஆயிடுச்சி...

ரொம்ப நன்றி வந்து கேட்டதற்கு என்றார்..

டீ வந்தது...சாப்பிட்டோம்..

சரி உங்க லோன் விஷயமா நேத்து தான் பீல்ட் ஆபிசர் உங்க பேப்பர்ஸ கொடுத்தாங்க...அந்த பேங்க்ல உங்களுக்கு நடந்ததயும் சொன்னாங்க...

நேற்று மதியம் சாப்பிட போனேன்.. உங்களை கேட்டேன்.. ஒரு வாரமா பாக்கலனு சொன்னார்.. என்னுடைய எலிஜிபிள் லிமிட்தான்.. சேங்ஷன் பண்ணிடலாம் என்றார்..

தலைகால் புரியவில்லை எனக்கு...

வளர்ச்சியை தடுக்கும் துரோகங்களுக்கு மத்தியில் இப்படி

ஒரு உள்ளமா...

சார் என்ன பேயறைஞ்ச மாதிரி ஆயிட்டிங்க... உங்களுக்கு நான் லோன்தரேன்...

நான் லோன் தர்றதை யாருகிட்டயும் சொல்லாதிங்க..அப்புறம் நானே கூட மனசு மாறிடுவேன்...

நன்றிங்க சார் வேற பேப்பர் ஏதாவது தேவைப்படுதுங்களா என்றேன்...

அந்த கண்ணாடி கதவை கொஞ்சம் மூடுங்க என்றார்.. கேபினின் கண்ணாடி கதவை மூடினேன்...

சில டேர்ம்ஸ் இருக்கு என்றார்...

நாலு நாள்ள உங்க லோன் சேங்ஷன் ஆயிடும்..

ஒரு இலட்சம் எனக்கு தந்துடனும் என்றார்...

எல்லா கதவுகளும் மூடப்பட்ட நிலையில் நம்பிக்கை வெளிச்சம் பிறந்திருக்கிறது என்ற நிலையில் அந்த வெளிச்சத்திற்கு விலை வைக்கப்பட்டது...

அப்புறம் உங்கள முதல் தடவ ஓட்டல்ல பார்த்தப்ப கையில் ஒரு வெள்ளை கலர்ல வாட்ச் கட்டியிருந்தீங்க..

ஆமாம் சார்...

எங்க அண்ணன் வெளிநாட்டுல இருந்து வாங்கி கிப்ட் பண்ணது.. அது யானை தந்தத்துல செய்ஞ்சதாம்.. முப்பதாயிரம்னு சொன்னாரு..

என் பையன் ரொம்ப நாளா கேட்கறான் எங்கேயும் கிடைக்கல என்றார்...

இயலாதவனின் கோபம் கொலை மிரட்டலாகி சிறையில்..

வாழ வழி தேடும்போது ஒன்றை கொடுத்து ஒன்றை

சாப்ஜி கதைகள் | 100

வாங்க வேண்டும் போல..

ஏமாற்றமும், கோபமும், என் அழுகையும் நினைவுக்கு வர துரோகங்களை வெல்ல வழி தெரியவில்லை...

வங்கியை விட்டு வெளியேறி வாட்ச்சை கொண்டு வர வீட்டிற்கு விரைந்து கொண்டிருக்கிறேன்..

"உணவு இல்லாத ஒருவருக்கு எனது உணவிலிருந்து பாதி உணவை அளித்தேன், என்னை நல்லவன் என்றார்கள்! ஏன் அவருக்கு உணவு கிடைக்கவில்லை என கேட்டேன், என்னை கம்யூனிஸ்ட் என்றார்கள்!"
-சேகுவேரா-

காரி பிஸ்கெட்

கர்மேல் துவக்கப்பள்ளியின் மணி அடிக்க மாணவர்கள் பெரும் கூச்சலோடு தங்கள் புத்தகப்பை எடுத்து வீடுகளை நோக்கி ஓடிக்கொண்டிருந்தனர்...

பள்ளியின் வெளியே எலந்தபழம் நெல்லிக்காய் கொடுக்காப்புலி ஜவ்வுமிட்டாய் கூடைகளை சுற்றி நின்று கொண்டு ஜாமெண்டிரி பாக்ஸை பல்லால் கடித்து திறந்து காசை எடுத்து ராஜி அக்காவிடம் எனக்கு முதல்ல கொடுங்க என்று முண்டியடித்து வாங்கியதை டிரவுசர் பாக்கெட்டில் போட்டு கொரித்துக் கொண்டிருந்த மாணவர்களிடைய புகுந்து வீடு நோக்கி ஓட்டமும் நடையுமாய் சென்றுக் கொண்டிருக்கிறேன்...

மழை வருவது போல் மேகங்கள் திரண்டிருக்க குளிர்ந்த காற்று சில்லென்று வருட... இவ்வளவு நேரம் அத்தை ஊரிலிருந்து வந்திருப்பாங்க என்ற சந்தோஷமும் குளிர்காற்றின் வருடலும் சில்லிடவைத்தது..

இரயில் நிலையத்தில வர்ற இரயிலின் ஹாரன் சத்தம் எங்க பள்ளிகூடத்துல கேக்கும்...

அதுவும் சாயந்திரம் வர்ற இரயிலின் ஹாரன் சத்தம் சந்தோஷ எல்லையின் உச்சம்..

சத்தம் கேட்கும் ஒவ்வொரு நாளும் இன்னைக்கு ஊரில் இருந்து அத்தை வந்திருப்பாங்களோ மனம் ஏங்கும்...

சொக்கன் டீ கடையில் செம கூட்டம்.. வடை பஜ்ஜி போண்டாவை நியூஸ் பேப்பர் துண்டுகளில் வைத்து சுட சுட சாப்பிடும் கூட்டத்தில் புகுந்து வேக நடையில் செல்கிறேன்...

வீட்டின் வெளியே நேற்று பெய்த மழையில்

பச்சையம்மன் குளம் ரொம்பி கால்வாயில் தண்ணீர் பெருக்கெடுத்து ஓட பக்கத்து வீட்டு மூர்த்தி அண்ணனும், குமார் அண்ணனும் என் நண்பர்களோடு மீன் பிடித்துக்கொண்டிருக்க..

டேய் மீன் நிறைய இருக்கு மீன் பிடிக்கலாம் வாடா

என்ற நண்பர்களின் அழைப்பை உதாசினபடுத்துவிட்டு...

செருப்பை திசைக்கு ஒன்றாக கழட்டிவிட்டு ஜனதா சில்க் பேலஸின் மஞ்சள் பையில் உள்ள புத்தகப் பையை வீட்டின் முற்றத்தில் போட்டு விட்டு வீடு முழுக்க அத்தையே தேடினேன்...

கிணற்றடியில் பாத்திரம் துலக்கிக் கொண்டிருந்தார் அம்மா..

அம்மா.. அம்மா.. என சத்தமாக

அத்தை எங்கம்மா.. பம்பாயிலருந்து வந்துட்டாங்களா..

காலையில ஸ்கூலுக்கு போகும்போது நீ தானே சொன்னே...

எங்கம்மா அத்த.. ஏண்டா கத்துற..

அத்த அப்பாவோட பஜாருக்கு போயிருக்கு..

நாளைக்கு பாட்டிய பாக்க ஊருக்கு போகுது..

இன்னும் கொஞ்ச நேரத்துல வந்துடும்..

போயி கை கால அலம்பிட்டு வா..

சுண்டக்கா சாம்பாரும் சோறும் பிசைஞ்சு தர்றேன்..சாப்பிடு..

சோறு வேண்டாம் என்றேன்..

நீ எதுக்கு அலையிறனு எனக்கு தெரியும்.. புலம்பிக்கொண்டே சமையல்கட்டுக்கு அம்மா செல்ல அத்தையின் வருகைக்காக ஆவலோடு காத்திருக்கிறேன்...

அத்தையின் வருகையை உறுதி செய்ய அறைக்குள் உள்ள பெட்டியை பார்க்க ஓடினேன்...

அடடா பெட்டியை பார்த்துவிட்டேன்..

மனது நாட்டியமாடுகிறது...

பெட்டிக்கு பக்கத்தில் உள்ள தகட்டால் ஆன பெட்டியை ஆரத்தழுவுகிறேன்...

வாசத்தை முகர்கிறேன்...

பெட்டியை திறக்க எப்ப வருவாங்களோ..

திறந்திட்டு பஜாருக்கு போக்கூடாதா இந்த அத்தை...

இருப்பு கொள்ளாமல் தவித்த என்னை டேய் போய் படிக்கிற வேலயா பாரு.. அப்பா வர்ற டைம்..அப்புறம் திட்டு வாங்காத...அம்மாவின் எச்சரிக்கை...

அப்பாவின் முகம் வந்து போனது... அந்த தகர டின்னின் வாசனை முகர்ந்தபடி அதன் பக்கத்திலேயே படிப்பது போல பாவ்லாவோடு அத்தையின் வருகைக்காக காத்திருக்கிறேன்..

வீட்டின் வெளியே சுராங்கனி.. சுராங்கனி.. பாடல் பாடிக்கொண்டிருந்தான் மருது...

அம்மா தட்டு நிறைய சோற்றோடு கமகமக்கும் சுண்டக்காய் சாம்பாரோடு மருது வைத்திருந்த பாத்திரத்தில் சோற்றை போட பாடிக்கொண்டே இருந்தான் மருது...

டேய் வாயமூட்றா...சோறுதான் போட்டுட்டேன் இல்ல போயி சாப்பிட்டு தூங்கு... என்றவரின் பேச்சை பொருட்படுத்தாமல் பாடிக் கொண்டே போய்க்கொண்டிருந்தான்... இந்த மருது பாடும் பாடல்கள் இந்த ஊர் முழுவதும் பிரசித்தி... அழுக்கான ஜுப்பா பைஜாமா, கையில் பெட்டிக்கடையில் தொங்கும் வால் போஸ்டர்கள் மடித்து வைத்திருப்பான்..

வாரப்படாத,வெட்டப்படாத தலைமுடி..

முகத்தில் தாடைக்கு கீழே நீண்ட தாடி..

திடீரென்று ஆங்கிலத்தில் கடுமையாக திட்டுவான்..

எங்கு போவான்.. எங்கே இருப்பான் என்று யாருக்கும் தெரியாது...

பாலு மாமா சொன்னதா இவனை பற்றி அம்மா சொல்ல கேள்விபட்டிருக்கறேன்...

இந்த மருது இருக்கானே.. டிப்ளமோ இன்சினியரிங் படிச்சவன்டா.. அவங்க அப்பா அம்மா திருப்பதி போனப்ப ஒரு ரோடு ஆக்சிடென்ட்ல இறந்துட்டாங்க.. அப்பத்திலிருந்து பிரம்ம புடிச்சவன்மாரி ஆயிட்டான்.. அம்மா அப்பா உயிரோட இருந்திருந்தா இவ்வளவு நேரம் அவனும் வேலவெட்டியோட குடும்பம் குழந்தைங்கனு இருந்திருப்பான்.. பாவம் அவன் தலையெழுத்து பிச்சையெடுத்துக்குனு பைத்தியமா அலையுறான்...

மருது பற்றி கேள்விப்பட்ட நாள் முதல் அம்மா எப்போதும் தினமும் சமைக்கும் போது மருதுவுக்கும் சேர்த்தே சமைப்பார்...

அவனும் மதியம் இரவு இரண்டு வேலையும் சாப்பாட்டு நேரத்திற்கு சுராங்கனி பாடலோடு வருவான்..

நேத்து கருணகிழங்கு காரகுழம்பில கொஞ்சம் உப்பு கம்மி... நாக்கு வேற அரிச்சது என்பான்..

நாங்க சாப்பிட்டோம் நல்லாதான இருந்திச்சி...

எப்ப பாத்தாலும் குறையே சொல்லினு இரு.. நாளையிலிருந்து உனக்கு சாப்பாடே போடமாட்டான்டா என்று திட்டிக்கொண்டே உள்ளே வருவாங்க... அடுத்த நாளும் எதுவும் நடக்காத்து போல மருது வந்து பாடிக்கொண்டிருப்பான்..

அம்மாவும் அவனுக்கான சாப்பாட்டை போடுவார்கள்.. அவனும் காரம், உப்பு அது இது என குறை சொல்வதை நிறுத்துவதேயில்லை...

அம்மாவும் திட்டிக் கொண்டே சோறு போடுவார்...ஆனால் ஒரு நாளும் அவனுக்கான சாப்பாட்டை அம்மா நிறுத்தியதேயில்லை...

டியூஷன் சென்று விட்டு வந்த அக்காவும் அண்ணனும் வீட்டுக்குள் வர தகர டின்னின் பக்கத்தில் படித்துக் கொண்டிருந்த என்னை பார்த்து சிரிக்க.. வெட்கம் என்னை பிடுங்கி தின்றது...

அக்கா அண்ணனிடம் ஒருத்தன் பெட்டி திறக்கும்போது டின்னுக்குள்ளேயே குதிச்சிடப்போறான்.. பார்த்துக்கங்க.. என்று என்னை வெறி ஏற்றிக் கொண்டிருக்க...வெளியே அப்பாவின் செருப்பு சத்தம் கேட்க ஆளுக்கொரு மூலையில் கப்சிப்... வீடே அமைதியாகிவிட.. நான் மட்டும் அப்பாவின் பின்னால் வந்த அத்தையை நோக்கி ஓடிக்கொண்டிருந்தேன்...

அத்தை அப்பாவின் பாசமலர்..

அம்மா அத்தையை குறிப்பிட்டு அப்பாவிடம் எப்போது பேசினாலும் அத்தையை உங்க பாசமலர் என்று தான் குறிப்பிடுவார்... அதனால்நாங்களும் பாசமலர் என்று தான் கூப்பிடுவோம்...

டேய் நீ எதுக்கு குதிக்கிறனு தெரியும்

வா உனக்கு எடுத்து தர்றேன்...

தகர டின்னின் மேலுள்ள கயிற்றை கத்தியால் அறுக்க கம கம வாசனையோடு அடுக்கி வைக்கப்பட்டிருந்த பாம்பே காரி பிஸ்கட்..

டின்னில் கைவிட்டு ஒன்றை எடுத்து வாயில் போட்டு கடிக்க...

அடடா

பிறவிப்பயனை அடைந்த ஆனந்தம்..

வார்த்தைகளால் சொல்லமுடியாது.. பேரின்பத்தின் எல்லையை தொட்ட மகிழ்வு...

பாம்பேவிலிருந்து வரும் இந்த காரி பிஸ்கட்டுக்காக்கான தவத்தின் பலனை அடைந்தாலும் இதை எனக்கு அறிமுகப்படுத்தியது அத்தை வீட்டுக்காரர் மாமா தான்.

இதை எப்படி சாப்பிடணும் தெரியுமா...?

இந்த காரியை எப்படி செய்யுறாங்க தெரியுமா..?

என்று சிலாகித்தது தான் ஞாபகத்திற்கு வரும்...

மைதாமாவில் டால்டா போட்டு உப்பும் கொஞ்சம் சக்கரையும் போட்டு பிசைஞ்சு நல்லா ஊற வச்சு அப்புறம் மெலிசா திரட்டி நெருப்பு அடுப்புல வச்சு எடுத்தா அப்படியே பூ போல வரும்... அப்படி வந்த காரி பிஸ்கட்ட சூடான டீயில முக்கி அப்படியே எடுத்து வாயில வச்சா அதுவே தானா பெருங்குடல், சிறுங்குடல்ல வழுக்கினு போய் விழும்...

அவ்வளவு ருசி..

எல்லாருக்குமான பங்கு பிரிக்கப்படும் போதே மூன்று நான்கு உள்ளே தள்ளியாயிற்று...

அக்காவுக்கு கொடுத்த பங்கில் கொஞ்சம் திருடி நம் பங்கில் சேர்த்தாயிற்று...

நாளைக்கு சாப்பிட அப்பாவின் ரோஸ்வுட் டேபிளின் டிராயரில் ஒளித்தாயிற்று...

இருந்தாலும் இன்னும் கொஞ்ச நேரத்தில் ரெடியாகிவரும் டீயில் அதை துவைத்து சாப்பிடும் தருணம் நடக்க இருப்பதால் யார்யாரிடமிருந்து அபேஸ் செய்வது என்ற திட்டம் மனதில் ஓடிக்கொண்டிருக்க..

அக்கா டீ கொண்டு வர சபையில் ஐக்கியமாகி முடிந்தவரை எல்லாருடைய தட்டிலும் கை வைத்து டீயில் முக்கி முக்கி உள்ளே தள்ளிக்கொண்டிருந்தேன்.

பிஸ்கட் வயிறு முட்ட தின்ற மயக்கம் சாப்பாடு சாப்பிடவில்லை.. அம்மா அக்கா அத்தை எல்லாம் பேசிக்கொண்டிருக்க அப்படியே அத்தையின் மடியில்

சாப்ஜி கதைகள் | 108

தலைவைத்து தூங்கிவிட்டேன்...

இரவு தூக்கத்தில் கனவில் பெரியவனாகி விட்டேன்..

காரி பிஸ்கட் கம்பெனியின் ஓனர் ஆகிவிட்டேன்..

வண்டி வண்டியாக காரி பிஸ்கட் ஏற்றுகிறார்கள்... இன்னும் கனவு பெரிதாகிக் கொண்டிருந்தது.. அந்த சந்தோஷ கனவில சஞ்சரித்துக்கொண்டிருந்தேன்...

டேய் ஸ்கூலுக்கு போகனும் எழுந்திரிடா அக்காவின் குரல் எழுப்ப விடிந்திருந்தது...

அத்தைக்கு டாட்டா காட்டிவிட்டு அம்மாவிடம் இரகசியமாக பிஸ்கட் இருந்த இடத்தை சொல்லிவிட்டு பத்திரமா பாத்துக்க.. சாயந்திரமா வந்து ஒரு கை பாக்கறன்.

அம்மா சிரிக்க...

மஞ்சள் கலர் ஜனதா சில்க்பேலஸ் புத்தகப்பையோடு பள்ளிக்கூடத்தில் வகுப்பறையில் இருந்தாலும் எப்போதும் வீட்டுக்கு போவோம் என்ற நினைவுகளை கலைத்தது அன்னம்மா டீச்சரின் பிரம்படி...

நேத்து பெல்அடிச்ச பிறகு பிரேயர்ல நிக்காம கூப்பிட கூப்பிட ஓடுற.. டவுசரின் தூசிபறக்க அடி வாங்கிக் கொண்டிருந்தேன்... அத்தையின் வருகையும் என் காரி பிஸ்கட்டுக்காவும் எனை மறந்து பிரேயரில் நிற்காமல் சென்றது நினைவுக்கு வர..

அடியின் வலியில் இனிமே இப்படி செய்யமாட்டேன் டீச்சர் என்ற கதறலோடு என் இடத்தில் ஓடி அமர்ந்துக்கொண்டேன்..

மணி அடிக்க.. பிரேயரில் இந்த நாளை சிறப்பாக்கிய ஆண்டவருக்கு நன்றி.. என்ற அன்னம்மா டீச்சரின் பிரேயர் முடிய வேகமெடுத்து ஓடுகிறேன் வீடு நோக்கி.. அத்தை அப்பாவோடு கிராமத்தில் உள்ள தாத்தா பாட்டியை பார்க்க போயிருக்க.. கிணத்தடியில் அம்மா தண்ணீர் சேந்திக்கொண்டிருந்தார்...

என் பாதுகாப்பு பெட்டகம் அப்பாவின் ரோஸ்வுட் டேபிள் டிராயரைத் திறக்கிறேன்

என் நேசிப்பு

என் காதல்

என் பிஸ்கெட்

இருந்த சுவடே தெரியவில்லை..

அதிர்ந்து அம்மாவை நோக்கி மூச்சிறைக்க ஓடுகிறேன்..

அம்மா எங்கம்மா என் பிஸ்கட்டை காணோம்.. எங்க வச்சிருக்க சொல்லு.. எனக்கு இப்ப வேணும்..

இருடா இரு ஏன் கத்தற.. முதல்ல கை கால் அலம்பிட்டு வா சொல்றேன்...

வாளி நீரில் வேகவேகமாக அலம்பிவிட்டு அம்மாவின் பின்னால் ஓடுகிறேன்...

அம்மா கொஞ்சமாக இருந்த சாப்பாட்டை தட்டில் போட்டு பிசைந்து கொண்டிருந்தார்..

எனக்கு சாப்பாடு வேணாம்.. எனக்கு என் பிஸ்கெட்டுதான் வேணும்..

அத்தைய ஊருக்கு கூட்டிட்டு போறதால அப்பா ஆபிசுக்கு போகல... சாப்பாட்டு நேரத்தில அப்பாவ பாக்க திடீர்னு இரண்டு பேர் வந்துட்டாங்க.. அவங்கள அப்பா சாப்பிட வச்சு அனுப்பினாங்க.. அதனால சாப்பாடு கொஞ்சமாத்தான் இருந்தது..

இந்த மருது பக்கத்து வீட்டு தனலட்சுமி பாட்டி வீட்டு வெள்ளை அடிச்ச சுவத்தில கரிதுண்டால இங்கிலிஷ்ல ஏதேதோ கிறுக்கிட்டான்..

அதனால பாட்டி அவன் தொடப்பத்தால அடிச்சிடுச்சி... நான் தான் பாவம் அவன அடிக்காதம்மான்னு... பைத்தியம்பிடிச்சவனா இருக்கான்.. என்ன பண்றான்னு

அவனுக்கே தெரியல.. புத்தி பேதலிச்சவன அடிச்சி ஒன்னு கெடக்க ஒன்னு ஆயிடப்போகுதுனு தடுத்து விட்டேன்...

பின்னாடியே சாப்பாட்டுக்கு வந்து நிக்கிறான்... வீட்ல சாப்பாடு கொஞ்சம் தான் இருந்திச்சி.. அவனுக்கு பத்தாது.. அதனால் உன் காரி பிஸ்கட்டை எடுத்து கொடுத்துட்டேன்... அடுத்த தடவ அத்தை பம்பாயிலிருந்து வரும்போது நிறைய வாங்கினு வரச்சொல்றேன்.. யாருக்கும் கொடுக்காம நீயே எல்லாத்தையும் சாப்பிடு..

அம்மா சமாதானப்படுத்த ஐயோ பாவம்மா அந்த மருது.. என்றேன். பிசைந்து தன்கையால் அம்மா ஊட்டிய சோறு அதைவிட சுவையாக இருந்தது..

காலையில் எழுந்திருக்கும் போதே மழை.. பள்ளி விடுமுறை.. அம்மா டீ கொடுத்தார்கள்.. காரியை கற்பனையில் முக்கி அதன் சுவையை நினைவில் நிறுத்தி வெறும் டீ குடித்தாயிற்று...

மதியம் சாப்பாடு தயாராகிவிட்டிருக்க.. மருதுவின் சுராங்கனி.. வீட்டின் வெளியே கேட்க அம்மா தட்டில் சூடான சோறோடு சென்றுக் கொண்டிருக்க..அடிவாங்கிய மருதை பார்க்க நானும் போனேன்..

அம்மா பாத்திரத்தில் சோறு போட.. மருது பாடுவதை நிறுத்திவிட்டு ஏம்மா நேத்து பசிக்குதுனு சோத்த கேட்டா ஏதோவொரு பிஸ்கட்ட தந்தியே...

மனுஷன் தின்பான அத...

திட்டிக் கொண்டே சாப்பாட்டு பாத்திரத்தை எடுத்து சென்றான் மருது...

திகைத்து நின்றார் அம்மா..

மழை நின்றிருக்க கால்வாயில் மீன்பிடித்துக் கொண்டிருந்த நண்பர்களை நோக்கி ஓடிக்கொண்டிருக்கிறேன்..

"ஆயிரம் புத்தகங்களை வாசித்தவன்
ஒருவன் இருந்தால் அவனைக் காட்டுங்கள்
அவனே எனது வழிகாட்டி"

–ஜுலியஸ் சீசர்–

நேற்று.. இன்று.. நாளை..?

இன்றைய காலை விடியல் கடும் அர்ச்சனைகளோடு ஆரம்பித்திருந்தது...

கையில் செய்தித் தாளோடு தந்தை கத்திக்கொண்டிருக்க கண்களை கசக்கி கொண்டு எழுந்த என்னை நோக்கி வேகமாக பறந்து வந்தது அன்றைய செய்தித்தாள்..

இந்த புடுங்கி புடுங்கற புடுங்குக்கு பேப்பர் ஒன்னு தான் குறைச்சல்.. இவனுக்கு கேட்டவுடன் வாங்கி கொடுக்கறான் பாரு அவன முதல்ல உதைக்கனும் என்ற போது.. நான் கேட்டதை வாங்கி தரும் அண்ணன் வேகமாக பாத்ரூமில் ஒளிந்தார்...

அப்பாவின் ஆவேசக் குரலுக்கு வீடே அமைதியாகிருந்தது... என் தந்தை என்ன தான் அரசு ஊழியராக இருந்தாலும் வீட்டின் புதிய வரவுகளுக்கு எப்போதும் தன் எதிர்ப்புகளை முதலில் பதிந்து விடுவார்..

அதற்கு காரணம் தன்னுடைய பருவ வயது காலத்தில் தான் கஷ்டப்பட்டு வளர்ந்து தான்... ஆடம்பரமாக வாழ்வதை விட சிக்கனமாக வாழவேண்டும் என்பதின் எதிரொலிதான். இப்படி கோபமாய் அப்பப்போது வெடிக்கும்..

பிற்காலத்தில் முதலில் வாங்கிய கிரௌன் பிளாக் ஒயிட் டிவி, லேண்ட் லைன் போன் போன்றவை இவற்றுள் அடங்கும்..

ஊதாரித்தனமான வெட்டியான செலவுகளை பிள்ளைகள் செய்யக்கூடாது என்பார்...

பேப்பர் படிச்சாதான் அறிவு வளரும்.. உலக விஷயத்தை எல்லாம் தெரிஞ்சுக்கலாம்.. அதனால காலையில பேப்பர படி..என்ற பெரிய அண்ணனின் ஏற்பாடு பேப்பர்...

புடுங்கி, ஊர்சுத்தி, உருப்படாதவன் பல்வேறு பட்டங்களை பெறுவது நான்...

இருந்தாலும் அந்த திட்டுக்கள் எல்லாம் தாங்கி என் கண்களில் வழிந்தோடும் கண்ணீருக்கு கொஞ்சம் அன்று அதிகமான காபியோடு அம்மா ஆசுவாசப்படுத்துவார்..

அவர் அப்படி தாண்டா..

ஒரு வாரம் போகட்டும் காலையில பேப்பரை அவர் முதல்ல எழுந்து படிச்சினு இருப்பார்..அப்புறம் பேப்பர் லேட்டா வந்தா ஏன இன்னும் பேப்பர்காரன் வரலயான்னு திட்டினிருப்பார்..

அவர் வளர்ந்த விதம் அப்படி.. பிள்ளைங்க கெட்டு போயிடக்கூடாது என்ற பயம்..சத்தம் போடுவாரு அப்புறம் அதை மறந்துட்டு சகஜமா பேசுவாரு..

இதெல்லாம் புதுசா என்ன விடு விடு என்ற தாயாரை ஆச்சரியமாகத்தான் பார்க்கத் தோணும்...

இப்படியாக அன்றைய காலை ஆரம்பிக்க அப்பா தனது டிவிஎஸ் மொபெட்டில் அலுவலகம் கிளம்பியிருந்தார்..

இந்த பேப்பரால காலையில நான் பட்ட பாடு இருக்கே என்று வெறுப்போடு பேப்பரை திறந்து தலைப்பு செய்தியை படித்த எனக்கு வாங்கிய திட்டுக்களை எல்லாம் புறந்தள்ளி அப்படியே உறைய வைத்தது அந்த தலைப்புச் செய்தி..

இந்தியாவின் மகாராஷ்டிரா மாநிலத்தின் மரத்வாடா பகுதியில், அவுரங்காபாத் கோட்டத்தில் லாத்தூர் மாவட்டம் மற்றும் உஸ்மானாபாத் மாவட்டத்தில், 20 செப்டம்பர் 1993

அன்று அதிகாலை 3.56 மணி அளவில் 6.2 ரிக்டேர் அளவிலான கடுமையான நிலநடுக்கத்தால் 30,000 பேருக்கு மேல் காயமைடைந்தனர் என்ற செய்தியும்

52 கிராமங்கள் முற்றிலுமான அழிந்தன...

ஆயிரக்கணக்கான மக்கள் தங்கள் வீடுகளின் இடிபாடுகளில் சிக்கி மரணம்.. என்ற செய்தியும் ஏற்கனவே அழுகை உணர்வோடு இருந்த எனக்கு கண்ணீர் என்னை மீறி பெருக்கெடுக்க மனம் இரும்பாய் கனக்கிறது...

இரவு உணவை முடித்து விட்டு விநாயக சதுர்த்தியை கொண்டாடிவிட்டு கிராம மக்கள் ஆழ்ந்த உறக்கத்தில் இருந்தனர்.

அடுத்த நாளை ஆரம்பிக்க உழைத்த களைப்பில் உறங்க சென்ற மக்கள் தாம் விடியும் பொழுது இயற்கை பேரிடர் ஏற்பட்டு மரணிக்க போகிறோம் என்பதை எப்படி அறிவர்...

ஒரு வலுவான பேரிடர் மேலாண்மை அமைப்பை உருவாக்காததன் விளைவு மகாராஷ்டிரா லாத்தூரின் கில்லாரி முழுக்க குப்பை மேடுகளாக, பிணக் குவியலாக இயற்கை கோரப்படுத்தியிருந்தது..

அந்த பத்திரிக்கையில் கிட்ட தட்ட இரண்டு பக்கங்களுக்கு மேல் வீடிழந்தவர்கள், தன் உறவுகளை இழந்து தவிப்பவர்கள், தாய் தந்தையை இழந்த குழந்தைகளின் புகைப்படங்களாய் பதிவிட்டிருந்தனர்...

அதில் ஒரு புகைப்படமும் ஒரு செய்தியும் என்னை மீறி ஓவென்று கதற செய்தது...

என்னால் அந்த புகைப்படத்தை கண்டு ஆசுவாசப்படுத்திக் கொள்ள முடியவில்லை...

அந்த புகைப்படத்தில் நிறைய பேர் மரணித்து கிடக்க

அவர்களுக்கு மத்தியில் ஒரு குழந்தை உட்கார்ந்த நிலையில்

ஓ.. வென்று அழுகிறது...

அவர்களுக்கு மேல் காகங்களும் கழுகுகளும் வட்டமடிக்கின்றன..

பிண நாற்றத்தில் காகங்கள் கழுகுகளின் வட்டமிடலில் பயத்தோடு தன் பசியையும், வலியையும், தனக்கு தெரிந்த அழும் மொழியில் சொல்லும் புகைப்படம் காண்போர் அனைவருக்கும் நெஞ்சு பட படக்கத்தான் செய்யும்.

இந்த குழந்தை உணவில்லாமல் இறந்து விடுமோ.. இல்லை கழுகளுக்கு இறையாகிவிடுமோ.. அய்யோ.. இந்த குழந்தையை யாராவது காப்பாற்றி இருப்பார்களோ...

என்கிற பதைபதைப்பின் மனிதம் காண்போர் எல்லோரையும் உலுக்கியிருக்கும்...

மிகப்பெரும் துணி ஆலையின் அதிபர் குப்தா.. ஆயிரம் தொழிலாளருக்கு சம்பளம் கொடுக்கும் முதலாளி..

அந்த பகுதியின் பெரும் செல்வந்தர்.. உலகின் மிக உயர்ந்த கார்கள் வாங்கி தினம் ஒரு காரில் வலம் வருவார்..

வீட்டின் ஒரு தளம் முழுக்க இவருக்கு பணி செய்யும் பணியாளர்கள் இருபது பேருக்கு மேல் இருப்பார்களாம்...

வழக்கம்போல அன்றைய இரவு ராஜபோஜனம் உண்டு மனைவி மக்களோடு ஆழ்ந்த உறக்கத்தில் இருந்தார் குப்தா... அந்த செல்வந்தருக்கு தன் விடியல் பூகம்பத்தால் இடிபாடுகளில் சிக்கி தன்னுடைய குடும்பத்தை இழக்கப் போகிறோம் என்பது எப்படி தெரியப்போகிறது...

அளவுக்கு அதிகமான செல்வம் குவிக்க தெரிந்தவருக்கு

மரணத்தை...தாமே அறியாத துர்மரணத்தை தடுத்திட

முடியுமா என்ன?

அவரின் பகட்டான வாழ்க்கை அந்த நாள் விடிவதற்குள் அஸ்தமனமாயிருந்தது..

வீட்டை இழந்து .. தன் நிறுவனத்தை இழந்து..மனைவி மக்களை இழந்து.. நிறுவன ஊழியர்களை இழந்து.. இடிபாடுகளில் இருந்து குப்தாவை மட்டும் உயிரோடு வெளியே மீட்டிருந்தது மீட்புப்படை...

தன் குடும்பமே இடிபாடுகளில் சிக்கியிருக்க.. அடுத்த வேளை உணவுக்கு வழியில்லாமல் நிர்கதியாய் ஒரு பிச்சைக்காரன் போல் அதே தெருவில் வரிசையில் சாப்பாட்டுக்காக கையேந்தி கொண்டிருந்தார் குப்தா..

இறைவா எல்லாவற்றையும் பறித்து என்னை மட்டும் ஏன் உயிர் பிழைக்க வைத்தாய் என்ற குப்தாவின் ஓலமும் என்னை வாட்டி வதைத்தது...

எனக்கு தெரிந்து இந்த பேரிடரை கிட்டதட்ட ஒரு மாத காலமாவது நணபர்களிடமும்,எங்கு சென்றாலும் செல்லுமிடம்மெல்லாம் புலம்பி கொண்டே இருந்தேன்...

அவ்வளவு வலியையும் வேதனையையும் கொடுத்த நிகழ்வு இது...

எதிரி என்று நினைப்பவர்களுக்கு கூட இதைப் போன்ற துன்பம் நிகழக்கூடாது என்பதாய் வாழ்வை கடத்திக்கொண்டிருந்தோம்..

ஆனால் அதைவிட பெரிய தாக்குதல் தாக்கப் போகிறது என்று தெரியாமல்..

பல இலட்சம் மக்களை கொன்று குவித்த பேரிடர் சுனாமி பேரலைகள் எனும் ஆழிப் பேரலைகள் அந்தமான் தீவுகளை நிர்மூலமாக்கி அப்படியே தமிழ்நாட்டைத் தாக்கியது.

முன்னெப்போதும் எதிர்கொண்டிராத இந்த சுனாமி பேரலைகள் தமிழ்நாட்டின் அத்தனை கடலோர பரப்புகளையும் தாக்கி ருத்ரதாண்டவமாடியது.

தமிழ்நாட்டில் காணாமல் போன, கடல் கொண்ட உயிர்கள் எத்தனை எத்தனையோ!

இவையெல்லாம் ஒரே நாளில் ஒரு குறிப்பிட்ட கால நேரத்தில் நடந்து பேரழிவை உருவாக்கி நம்மை பயமுறுத்தி சில காலம் நம் நிம்மதியை புரட்டி போடும்..

பிறகு வழக்கமான வாழ்க்கை வாழ கற்றுக் கொள்வோம்...

வழக்கமாக இயற்கை பேரிடரை சந்தித்த நாம் ஒரு செயற்கை பேரிடரையும் சந்தித்தோம்...

அது மக்களை பெருமளவு வாட்டி வதைத்தது.

தங்கள் பணத்தை தாங்களே உரிமை கோரமுடியாத ஒரு செயற்கை பேரிடரும் நடந்தது..

நவம்பர் 8, 2016 அன்று நள்ளிரவு முதல் 500, 1000 தாள்கள் கறுப்புப் பணம் மற்றும் ஊழலை ஒழிக்கும் பொருட்டு இந்திய ரிசர்வ் வங்கியால் செல்லாததாக்கப்பட்டது என இந்தியப் பிரதமரால் அறிவிக்கப்பட...

ஒரு நாளுக்கு நான்காயிரம் ரூபாய் எடுக்கலாம் என்ற அறிவிப்பில்.. கால்கடுக்க வரிசையில் நாள் முழுக்க நின்ற அவலத்தை சந்தித்தது.

வரிசையில் நின்ற இடத்திலேயே பலபேர் இறந்தனர். ஜனநாயக நாடு என்று சர்வாதிகார போர்வை போர்த்திய ஆட்சியாளர்களை கொண்ட நம் நாடு..

இதிலிருந்து மீள்வதற்க்குள் மீண்டும் கொத்து கொத்தாய் மக்களை கொல்லும் ஒரு பெரும் தாக்குதல் உலகையே உலுக்கும் என்ற கனவில் கூட நினைத்ததில்லை..

ஆனால் நடந்தது...

கண்ணுக்குத் தெரியாத ஒரு கிருமியிடம் உலகமே சரணடைந்திருந்தது.

பாதிக்கப்பட்ட நபர் தொட்டதைத் தொட்டு, அவர்கள் கண்கள், வாய் அல்லது மூக்கைத் தொட்டால் இந்த வைரஸ் தாக்கும்..நோய்வாய்ப்பட்ட அல்லது அறிகுறிகளைக் காட்டும் நபர்களுடன் நெருங்கிய தொடர்பைத் தவிர்க்க சொன்னது...

பாதிப்பிலிருந்து தப்பித்துவிடலாம் என்று நம்பிக்கொண்டிருந்தபோது, இரண்டாம் அலையாக தொற்றுப் பரவல் பழையபடி அச்சத்தை ஏற்படுத்திவிட்டது.

பயணங்கள், நடமாட்டங்கள், ஒன்றுகூடல் அனைத்தும் தடையாக்கப்பட்ட சூழலில்..

திடீரென்று ஒருநாள் மாலை நண்பன் முகிலிடம் இருந்து தொலைபேசி அழைப்பு வந்தது.

ரெண்டு நாளைக்கு முன்னாடி மதியத்திலிருந்து உடம்பு சோம்பலாக இருந்தது..

அடுத்த நாள் பயங்கர காய்ச்சல், அன்றே வாசனை அல்லது சுவையோ தெரியல..

இன்னைக்கு மூச்சே விடமுடியல, தலைவலியா இருக்கு.. என்னால முடியலடா...

என பேசிய பக்கத்து தெருவில் இருக்கும் என் நண்பனுக்கு அலைபேசியிலேயே ஆறுதலை சொல்வதைத் தவிர வேறு வழி தெரியவில்லை..

நேரில் சந்திக்க தொற்று அரக்கன் தடுக்கிறான்...

அந்த நண்பனை கொடிய கொரோனா மாய்த்தது..

இந்த நோயின் தாக்குதல் எப்படி வரும், எப்படி தாக்கும்

என்ற பீதியில் பயந்திருந்தோம்.

அரண்டவன் கண்ணுக்கு இருண்டதெல்லாம் பேய் என்பதைப் போல அஞ்சி நடுங்கவைத்தது..

மருத்துவமனைக்கு சென்றவர்கள் எல்லாம் கொரானா பரிசோதனைக்கு உட்படுத்தப்பட..

வாரத்தின் மூன்று நாட்கள் டயாலிசிஸ் சென்ற அய்யா அருள்வேந்தனுக்கும் அவருடன் சென்ற துணைவியாரும் பரிசோதனைக்கு நிர்பந்தமாக உட்படுத்தப்பட டயாலிசிசுக்கு சென்றவர் தனக்கு அந்த நோய் தாக்கி இருக்குமோ என்ற பயத்தோடு வீடு திரும்பியிருந்தார்..

நோய் தாக்கியிருப்பவர்களை யாரும் தொடர்பு கொள்ளமலிருக்க தகரஷீட்களை அவரின் வீட்டை சுற்றி அடித்து தனிமைப் படுத்தியது நகர நிர்வாகம்...

ஏற்கனவே பீதியிலிருந்தவருக்கு உளவியல் ரீதியான இந்த நெருக்கடி மூச்சுதிணறலாக மாற உடனடியாக அரசு மருத்துவமனையில் அனுமதிக்கப்பட..

அங்கிருக்கும் அக்கம் பக்கத்தினரின் அலறல்களும், பரபரப்பும், பார்க்கிறார்.. அந்த சூழலின் பயங்கரம் கண்டவர்கள் பயத்திலே மரணமடையத்தான் செய்வார்கள்..

அவரும் மரணித்திருந்தார்..

அடக்கம் செய்யக் கூட பயந்தனர் சொந்தங்களும் பந்தங்களும்..

அடக்கம் செய்ய தமுமுக இஸ்லாமிய அமைப்பு முன்வர அவரின் மத சடங்குப்படி கல்லறையில் பனிரெண்டு அடி பள்ளத்தில் புதைக்கப்பட்டார்...

நோய் தாக்கியதாக அவர் துணைவியார் வேறு ஒரு மருத்துவமனையில் அனுமதிக்கப்பட..

மருத்துவமனையில் அக்கா வீட்டுக்காரருக்கான ஈமச்சடங்கில் எங்களோடு ஓடியாடி வேலைபார்த்த மகிபாலனுக்கும் அடுத்த நாளே மூச்சுதிணறல் ஏற்பட்டிருக்க கொரானா அவரையும் கொன்றிருந்தது...

அவரை அடக்கம் செய்து முடிந்து வீடு திரும்புகையில் மகியின் தகப்பனார் மகனையும், மருமகனையும் இழந்த மனஅழுத்தத்தில் மூச்சடைக்க மருத்துவமனையில் அனுமதிக்கப்பட்டு அவரும் இறந்துவிட..

அந்த குடும்பத்தின் ஆண்களை தொடர்ந்து அப்புறப்படுத்தி மூன்று நாட்களில் காவுகொண்டது இந்த கொடிய கொரானா..

பக்கத்து வீட்டு, எதிர்வீட்டு மனிதர்களைக்கூட முகம் பார்த்துப் பேச பயந்தோம்.

உலகப் பெருந்தொற்றான கரோனா வைரஸை கடந்து இரண்டு மூன்று வருடங்கள் முடிந்துவிட்டாலும்..இந்த பயம் ஆயுள் முழுவதும் நம்மைவிட்டு அகலாத வடுக்களை உருவாக்கியது..

எப்போதெல்லாம் உலகம் கட்டுக்கடங்கா போக்கில் செல்கின்றதோ அப்போதெல்லாம் இயற்கை தனது சீற்றத்தை வெளிப்படுத்தி விடுமோ என்ற பயமும்...அடுத்து எதைப்போன்று பலமடங்கு வீரியமாகி தாக்கப்போகிறதோ என்ற பீதியில் பத்திரிக்கை படித்துக் கொண்டிருக்க..

பக்கத்தில் தும்மியவரிடம் இருந்து பத்து அடி இயல்பாகவே வேகமாக தள்ளி நிற்கிறேன்..

"அன்பின் மூலம் செய்யப்படும் ஒவ்வொரு செயலும் ஆனந்தத்தைக் கொண்டு வந்து தந்தே தீரும்"
-சுவாமி விவேகானந்தா-

பாதாள சொரடு

பள்ளி படிச்ச காலங்களில் மறக்கமுடியாத அனுபவங்களை ஒரு மழை இரவில் அசை போட்டது மனது...

ஆறாத நினைவொன்று என்னை புரட்டி எடுக்கும்.. அது அடிக்கடி தன் சிறகை விரிக்கும்..

டேய் சீக்கிரம் யாராவது வாங்கடா...

அம்மாவின் உரத்த குரல் கிணற்றடியில் கேட்க... கமலஹாசன் போல் மீசையை கண்ணாடியில் பார்த்து சீவிக்கொண்டிருந்த என் அண்ணனும்.. சமையலறையில் இருந்த அக்காவும் சத்தம் கேட்டு ஓடிக்கொண்டிருக்க.. நானும் என்னவென்று தெரியாமல் ஓடத்தான் செய்தேன்.. அம்மா புலம்பிக்கொண்டிருந்தார்..

அந்த மனுசனை கயித்த மாத்த சொன்னா காதுல வாங்கறதேயில்ல..

இவ்வளவு பாத்திரத்தையும் துலக்கிட்டு இரண்டு மூட்டை துணியும் இன்னிக்கு துவச்ச மாதிரிதான்..

என்னம்மா பிரச்சனை என அண்ணன் ஆர்வமாக கேட்க டேய் கயிறு அறுந்து கிணத்துல விழுந்துடிச்சிடா...

நாங்கள் மூவரும் வேகமாய் கிணற்றை எட்டி பார்க்க வாளி உள்ளே மூழ்கி கயிறு சிறிதாக மேலே மிதக்கிறது.. டேய் போயி காரப்பட்டார் வீட்டில் பாதாள சொரடு வாங்கியாடா என அண்ணன் கையில் ஒரு பித்தளை சொம்பை செருக அவ்வளவு தான் என் அண்ணனின் ஆர்ப்பாட்டம் ஆரம்பித்தது..

நான் போவமாட்டம்மா அங்க நிறைய பெண்கள்

இருக்கிறாங்க என்று அவரின் வாலிபக்கௌரவம் தடுக்க...

அவள அனுப்பு என அக்காவை கை காட்ட... வயசு பொண்ணை அனுப்பறதா என அம்மா கத்த... அடுத்ததா அனைவர் பார்வையும் என் மேல்பட சொம்பு என் கையில்...

என் வாழ்நாளில் முதல் அனுபவம்...

சொம்பை கையில் பிடித்த எனக்குள் சொம்புக்கும் பாதாள சொரடுக்கும் என்ன சம்பந்தம் என்றது.

டேய் சொம்பை காரப்பட்டார் ராமசாமி தாத்தா வீட்டில் பானு அக்கா இருக்கும் இந்த சொம்பை அக்காகிட்ட கொடுத்துட்டு பாதாள சொரடு வாங்கியாடா.. அம்மா சொல்ல...

வாயில் எச்சில் பறக்க என் வாகனத்தை காலால் உதைத்து கிளம்பினேன்...

பானு அக்காவின் மகள் சீதா என் பள்ளித் தோழி.. நன்றாக பாடுவாள்.. நன்றாக படிப்பாள்.. பள்ளிக்கூடம் விட்டதும் நாங்க ரெண்டு பேரும் பேசிக்கினே வீட்டுக்கு வருவோம்...

பானு அக்கா அம்மா பாதாள சொரடு வாங்கியாரச் சொன்னாங்க..

சொம்பு எங்கடா...

இந்தாக்கா என்றேன்..

சீதா அந்த பாதாள சொரட கொண்டாந்து இவன்கிட்ட கொடு..

ஒரு முழ நீள கயிற்றில் கட்டப்பட்டிருந்தது பாதாள சொரடு..

டேய் நானும் வாளி எடுக்கறத பாக்க வரட்டா என்றாள் சீதா..

அக்கா இவளும் வராளாம் கூப்பிட்டு போகட்டுமா...

அங்க கிணத்தாண்ட போயிட்டு எட்டி எல்லாம்

பாக்ககூடாது.. பத்திரமா இருக்கனும் சரியா..

அம்மான்னா அம்மாதான்..

பானு அக்காவை முத்தமிட்டுவிட்டு சந்தோஷ துள்ளல்லோடு என்னோடு வந்தாள் சீதா...

ஒரு முனையில் இறுக்கமாக கட்டப்பட்டிருந்த பாதாள சொரடை தூக்கி போட அது தொப்பென்று சப்தத்தில் தண்ணீரில் விழ மறுமுனை அண்ணன் கையில்....

கிணற்றில் விட்டு துழாவ ஆர்வமாக எல்லாருடைய தலையும் பாதாளசொரடில் மாட்டி மீட்கப்படும் வாளியின் வருகைக்காக காத்திருக்க சீதா கெட்டியாக என் கையை பற்றியிருந்தாள்...

ஆனால் என்றோ தொலைந்த அப்பாவின் லுங்கி, அக்காவின் ஜாக்கெட், ஏற்கனவே அறுந்து விழுந்த கயிறு என ஒன்றன் பின் ஒன்றாக மாட்ட வாளி வந்த பாடில்லை.. நான்காவது ரவுண்டில் மாட்டிய வாளி குப்பைகளை சுமந்து வெளியே வந்தது...

மாசம் ஒரு நாள் கயிறு அருந்தா பரவாயில்ல.. வாரம் நாலு நாள் கயிறு அறுந்தா.. பானு அக்காகிட்ட கொண்டு போர சொம்பாலய அடி வாங்க முடியல.. ஏன்னா சொம்பு வாங்கி வைக்கிறதே பாதாள சொரடை திருப்பி தந்துட்டு சொம்பை வாங்கனும்.. அப்பதான் அடுத்தவங்க கேட்டா கொடுக்க முடியும்.. நம்ம அக்காதானேனு நாலு நாள் கழிச்சி கொடுத்தப்ப என் தோழி சீதா முன்னாடியே என் தலையில கொட்ட.. நான் வீட்டில் அழுது புரண்ட பிறகு புது கயிறு ராட்டினத்தில் மாட்டப்பட்டு தொங்கிக்கொண்டிருந்தது கிணற்றில்..

தெருமுனை பிள்ளையார் கோவில் பின்னாலிருக்கும் கிணற்றை நோக்கி ராமசாமி தாத்தா தலையில் அடித்துக் கொண்டே ஓடிக் கொண்டிருக்க.. அவர் பின்னாலேயே பானு அக்காவும் தெருவில் உள்ளவர்களும் ஓட.. பம்பரம் விட்டுக் கொண்டிருந்த என் நண்பனும், நானும் அவர்களோடு என்ன

சாப்ஜி கமால் காதர்ஷா | 125

நடந்தது என்பது கூட தெரியாமல் பம்பரக்கயிற்றை கீழே போட்டுவிட்டு கூட்டத்தோடு ஓடிக்கொண்டிருந்தோம்..

கிணற்றின் சுற்றுசுவரை சுற்றி கூட்டம் எட்டி பார்த்து அலறிக்கொண்டிருக்க... அய்யோ என் செல்லமே என்ற ராமசாமி தாத்தாவின் கதறலும்.. அனைவரின் அழுகுரலும் விண்ணை முட்டி அதிர்கிறது...

கிணற்றில் என் தோழி சீதாவின் கை வெளியே தெரிய மீதி உடல் தண்ணிரும் சேறும் கலந்த நீரில் சொறுகி இருந்தது..

இந்த கிணத்த தூர் வாராம விட்டதால சேறு சகதியும் ஆயிடுச்சி..

யாருயா இத எடுத்து செய்யறது..

அவன் அவன் பாட்டுக்கு போறான்.. வரான்.. வீட்டில் கிணறு இருக்கறவன் தண்ணி சேந்திக்கிறான்.. தெருவுக்கு ஒரு கைபம்பு அரசாங்கம் போட்டுறுச்சி அதுல தண்ணிய அடிச்சி போயிடறான்...

இந்த கெணத்த கவனிக்காம உட்டுட்டதால.. தோ இப்ப ஒரு உசுறு போயிருச்சி..

ஆளாளுக்கான புலம்பலில் களேபரமாகியிருந்தது பிள்ளையார் கோவில் கிணத்தடி...

பள்ளி முடிந்ததும் என்னோடு வீடு வரை வரும்.. என்னோடு தினம் விளையாடும் ராமசாமி தாத்தாவின் பேத்தி... பாதாள சொரடு கொடுக்கும் பானு அக்காவின் மகள்.. பேச்சுப்போட்டியில்.. நடனத்தில்.. படிப்பில் முதல் ரேங்க் எடுக்கும் என் தெரு தோழி சீதா கிணற்றுக்குள் சேற்றில் புதைந்திருந்தாள்..

அய்யோ எப்போதும் என்னோடு விளையாடிக் கொண்டிருப்பாளே.. இன்னிக்கு ஏன் இங்க போனாளோ..போவம இருந்திருந்தா விழுந்திருக்கமாட்டாளோ.. வீட்ல பலகாரம் செய்ஞ்சா எனக்கு மட்டும் கொண்டாந்து கொடுப்பாள்.. ஜவ்வரிசி பாயசம் அவளுக்கு பிடிக்கும்.. வீட்ல

செய்றப்ப அவளுக்கு மறைச்சி எடுத்துனு வந்து தருவேன்... கலங்குகிறேன்.. இனி யார் என்னுடன் பள்ளிக்கூடம் வருவார்..

அலறும் பானு அக்கா பக்கத்தில் ஆதரவற்று நிற்கிறேன்..

சேற்றில் இறங்கி எப்படி தூக்குவது.. படிகட்டும் இல்ல.. கூட்டத்தில் ஒருவர் சொன்னார் பாதாள சொரடு இருந்தா உள்ளே போட்டு சுழட்டுனா தலைமுடியல மாட்டும்.. மெல்ல இழுத்தடலாம்..என்ற யோசனையை எல்லோரும் ஆமோதிக்க..

பாதாள சொரடு பானு அக்கா வீட்ல எங்க இருக்குனு எனக்கு தெரியும் கொண்டு வரேன்...

என் நண்பனும் நானும் பதற்றத்தோடு ஓடுகிறோம்...

பத்து தடவைக்கு மேல் பாதளசொரடு போடப்பட்டு சிக்கியது நீலகலர் ரிப்பன் கட்டிய சடைப் பின்னல். மெல்ல மெல்ல இழுத்து கிடத்தப்பட்ட சீதாவின் உடலை பார்த்து கதறாதவர்கள் பாவிகள்...

எப்படி கிணற்றில் விழுந்து இருப்பாள்.. பயன்படாத பாழும் கிணற்றுக்கு ஏன் சென்றாள்... பல தரப்பட்ட குழப்பங்களுக்கு மத்தியில் அந்த பக்கம் வந்த பால்கார முருகேசன் சொன்னார்..

நான் பாலை சைக்கிள்ள எடுத்துட்டு போனப்ப கோவில்கிட்ட சைக்கிள் செயின் கழட்டுக்கிச்சு அத இறங்கி மாட்டிக்கிட்டு இருந்தப்ப ஹெல்த் இன்ஸ்பெக்டர் பொண்ணும் இந்த பொண்ணும் விளையாடினு இருந்தாங்க.. நான் பார்த்தேனே.. இப்ப வரும்போது பாத்தா புள்ள செத்துகிடக்கே... பிஞ்சு புள்ளய பறிச்சிட்டியே கடவுளே உனக்கு கண்ணே இல்லையா..

கதற..கதற.. ஹெல்த் இன்ஸ்பெக்டர் தியாகராசன் வீட்டில் கூடியது கூட்டம்...

அய்யா என்ன நடந்து உங்க புள்ளய சொல்ல சொல்லுங்கய்யா..

உங்க புள்ள கூடதான் விளையாடினு இருந்தாளாமே பால்காரரர் முருகேசன் பார்த்ததா சொன்னாரே.. என கதறினார் ராமசாமி தாத்தா..

வீட்டிலிருந்து வெளிறிய முகத்தோடு வெளியே வந்த தியாகராஜனின் மகளிடம் அம்மாடி என்னடா நடந்துச்சி தழுதழுத்த குரலில் தாத்தா கேட்க...

கிணத்தாண்ட வளையல் வச்சு வட்டம் வட்டமா வரைஞ்சு விளையாடிட்டிருந்தோம்.. அப்ப வளையல் கிணத்துல விழுந்திடுச்சி.. அய்யோ என் வளையல் விழுந்திடுச்சேனு கத்திகிட்டே அவளும் கிணத்துல குதிச்சிட்டா.. நான் பயந்து வீட்டுக்கு ஓடியாந்துட்டேன்..

என்றவள் தன் தகப்பனின் பின்னால் கால்களை கெட்டியாக பிடித்துக் கொள்ள விம்மி விம்மி அழுதது நெஞ்சைவிட்டு அகலாதது..

அன்றிலிருந்து அந்த கிணற்றை கடக்கும் போதும் என் தோழியின் முகம் வந்து செல்லும்...கிணத்துல எந்த பொருள் விழுந்தாலும் பயன்பட்ட பானு அக்கா வீட்டு பாதளசொரடு கடைசியில அவங்க பொண்ணையே அந்த பாதாள சொரடால தூக்கி போட வேண்டியதா போச்சு... சீதா செத்த பிறகு அக்கா யாருக்கும் பாதாள சொரடை தருவதேயில்ல..

உலகில் உள்ள எல்லா பொருட்களும் இடைவிடாது மாற்றம் அடைந்தே வரும்போது.. மனிதனும் அவ்வாறே கடந்த காலம், நிகழ்காலம், எதிர்காலம் என காலத்தால் மாறுபட்டே வாழ்வை கடக்கையில்..

பாதாளசொரடுனா இப்ப யாருக்கும் தெரியாமத்தான் போயிருக்கும்..

அப்புறம் அன்றாட தேவை தண்ணிய கிணத்துல சேந்தி அண்டாக்களில் நிரப்பின காலம் போயி போர்கள் போடப்பட்டு கைபம்புகளாக மாறியபோது.. கிணத்தடி நீர்குறைய தெருவில் கைபோர்களில் ராஜ்ஜியமாகிவிட்டது.

நாம் வாழும் காலத்திலேயே அறிவியல் வளர்ச்சியால் மனிதனின் எளிய கண்டுபிடிப்புகளான கிணறு காணாமல் போய்விட ... வீடுகளில் கிணறுகள் மூடப்பட்டு நில போர்களாக மாறிவிட்டதால் பகலில் கூட்டமாக இருக்கும் கைபம்பில் இரவில் தண்ணீர் அடித்து குளிக்க துவைக்க டிரம்களில் அண்டாக்களில் நீர் நிரப்புவது அன்றாட வேலைகளில ஒன்று...

குடிக்கும் தண்ணீருக்காக சைக்கிளில் இரண்டு தண்ணீர் குடங்களை பின் பக்க கேரியரில் கட்டிக் கொண்டு பெரிய தெரு மேட்டிலுள்ள சக்தி தியேட்டர் அருகில் சாத்தனூர் அணையிலிருந்து வரும் தண்ணீருக்காக குழாயடியில் தண்ணீர் பிடிக்க கால்கடுக்க காத்துக்கொண்டிருந்து தண்ணி பிடிச்சி அலும்பாம கொண்டு வரணும்..

ஒவ்வொரு நாளும் தண்ணிக்கி போகும் போதும் நம்ம வீட்டிற்க்கே தண்ணி வராதா.. என்ற கற்பனையோடுதான் சைக்கிளை மிதித்துக் கொண்டிருப்பேன்... எங்கள் வீடு இருந்த பவழகுன்று ஒத்தவாடை தெரு மேடான பகுதி... எந்த சூழ்நிலையிலும் குடிதண்ணீர் வர வாய்ப்பே இல்லை.. என்பது தான் அந்த பகுதி மக்களின் நம்பிக்கை...

அதனால் கற்பனையிலாவது தண்ணீர் வருவது போல் சந்தோஷப் பட்டுக்கொண்டே சைக்கிளை பெரிய தெரு மேட்டில் சைக்கிளை மேலும் கீழுமாக எம்பி எம்பி மூச்சிரைக்க ஓட்டினால்தான் தண்ணீர் பிடிக்கும் இடத்தை அடைய முடியும்...

இப்படி தண்ணிக்காக குடிக்க ஒரு இடத்துக்கும்..குளிக்க துவைக்க தண்ணி எடுக்க ஒரு இடத்துக்கும் ஒடிய நினைவோடையில் சலனமற்று கரைந்திருந்தேன்..

கல்லூரியிலிருந்து வீடு திரும்பிய மகள் திட்டிக் கொண்டே வந்தாள்.. மோட்டார் போட்டுட்டு டேங்க் ரொம்பி ஓவர்புளோ ஆவது.. ரோடெல்லாம் தண்ணி போகுது... அப்படி என்ன நினைப்புலப்பா இருக்கீங்க.. தண்ணியோட அருமை உங்களுக்கு என்னனு தெரியல என்றாள் என் மகள் சீதா....

"பார்க்காமலே இருந்திருக்கலாம்
பார்த்தும் பாராததுபோல் போயிருக்கலாம்
பார்க்க வந்தது உன்னையல்ல என்று சொல்லி இருக்கலாம்
பார்த்த பின்னே பாராமுகமாகவாவது இருந்திருக்கலாம்
பார்த்தும் பார்த்து ஏங்கவா இவ்வளவு தூரம் வந்தது...?"
-மனுஷ்ய புத்திரன்-

ஜேன்மேரி

அரசுப்பேருந்தின் ஜன்னல் இருக்கையில் வீசும் காற்றின் சில்லிடல் அதிகமாக மஞ்சவாடி கணவாய் வந்தடைந்ததை உணர்த்தியது...

வேகமாக கொண்டை ஊசி வளைவுகளில் உருண்டோட..மூங்கில் மர அசைவுகளோடு பலவித பறவைகளின் இரைச்சலோடும் உறங்கிக் கொண்டிருந்தவர்கள் அதிர்ந்து எழ... அடி படாமல் இருக்க அனைவரும் சீட்டின் முன்பக்க கம்பியை இறுகப்பற்ற... சேலத்தை நோக்கி தடதடத்துக் கொண்டிருந்த பேருந்தில் சென்றுக் கொண்டிருந்தேன்...

சுந்தர் லாட்ஜ் ஸ்டாப்பிங்கில் கண்டக்டர் விசிலடிப்பதற்கு முன் பெட்டியுடன் படிக்கட்டில் நிற்க டிரைவர் இறக்கிவிட்டு பேருந்து நிலையம் நோக்கி கியரை மடார் என போட்டு எடுக்க எப்படியும் பேருந்தில் இருக்கும் யாராவது ஒருவர் கவர்மெண்ட் பஸ் தானே இவன் அப்ப வீட்டு பஸ்ஸா என்ன என புலம்பியிருப்பார்கள்...

ஐந்து நிமிடத்தில் மஞ்சள் நிற என்.எஸ் பஸ் வர, அதில் ஏறி அடிவாரம் என்றேன்..

எங்க ஊரு காதலை பத்தி என்னா நினைக்குற என்ற பாடல் இளையராஜா குரலில் ஒலித்துக் கொண்டிருக்க.. கேட்டுக் கொண்டே தூக்கம் வர கண்களை இறுக்கமாக மூட நினைத்தேன்..

திடீரென்று அடித்த பிரேக்கால் கண்கள் தானாக விரிய சில்வியா தாமஸ் பஸ்ஸில் ஏறிக்கொண்டிருந்தாள்...

வழக்கமாக அஸ்தம்பட்டியில் ஏறுவாள்.. இன்று முன் ஸ்டாப்பிலே சோகமாய் ஏறியவள் உட்கார சீட்டைத்தேட எழுந்து கை அசைத்தேன்.

புன்னகைக்காமல் என்னருகே வந்தவள் ஜன்னல் சீட்டை ஜாடையால் கேட்க நகர்ந்து நின்றேன்.. என் பக்கம் பார்க்காமல் ஜன்னலுக்கு வெளியே வெறித்தபடி பார்த்துக்கொண்டிருந்தவளை சில்வியா என்றேன்... அழுது கொண்டிருந்தாள்...

புனித வெள்ளி, சனி, ஞாயிறு மூன்று நாட்கள் கல்லூரி விடுமுறை.. வியாழக்கிழமை மாலை நானும் அவளும் கல்லூரி விட்டு வரும்போது என்னோடு தான் வந்தாள்.. குட்பிரைடே அம்மாபேட்டையில அங்கிள் இருக்காங்க..தம்பி எர்ணாகுலத்துல இருந்து வந்திருக்கான்..நான் ஆஸ்டல் போயிட்டு டிரெஸ் எடுத்துட்டு போறேன்.. மன்டே பாக்கலாம்.. அஸ்தம்பட்டியிலிருக்கும் லேடீஸ் ஆஸ்டலுக்கு போக இறங்கினாள்..நான் ஊருக்கு போக புது பஸ்டாண்ட் போக கையசைத்த போதும் சந்தோஷமாகத்தான் போனாள்..

ஏன் இந்த அழுகை.. ஆறுதல் படுத்த நினைக்கிறேன்... நான் கேட்டு பஸ்ஸில் உடைந்து அழுதுவிட்டால் அவமானமாகிவிடும்..என்னவாக இருக்கும்..இந்த மனோவோடு ஏதாவது பிரச்சனையா..இல்லை சித்தப்பா வீட்டுக்கு சென்றாலே அங்கே ஏதாவது சண்டையா..குழப்பம் மேலோங்கியிருக்க கல்லூரி வாசலில் பஸ் நிற்க இருவரும் இறங்கிக்கொள்ள பஸ் ஏற்காடு நோக்கி சென்றுக் கொண்டிருந்தது..

மௌனமாகவே நின்றிருந்தாள்...

டீ சாப்பிடலாமா என்றேன்...

அமைதியாக நடந்தாள்...

ஏற்காடு முதல் கொண்டைஊசி வளைவில் வழக்கமாக டீ சாப்பிடும் கொட்டச்சேட்டார் கடை.. ஒரு பெரிய வேப்ப மரத்தடியின் கீழ் கீற்று வேய்ந்த கொட்டகையில் உள்ள மரபங்க்கில் உட்கார்ந்திருந்தார் கொட்டச்சேடு முத்தண்ணா...

ஊருக்கு போய் வந்தாச்சா என்றார்...இப்பத்தாண்ணே வர்றேன்... அண்ணே இரண்டு ஹார்லிக்ஸ் போடுங்க என்றேன்..

கடையின் பின்பக்க மலைப் பாறையில் அமர்ந்துக் கொண்டால் வேப்ப மர நிழலில் காற்று மெல்ல வருடும்...

ஹார்லிக்ஸோடு போனேன்..

பாறை மேல் சில்வியா புதிதாக ஒருமுறை அழுதிருந்தாள்.. கண்கள் துடைத்த ஈரம் காயாமல் என்னை கண்டவள் ஓவென்று அழுதேவிட்டாள்... தயவு செஞ்சு இத முதல்ல குடி..அப்புறமா பேசிக்கலாம் என்றேன்..

இந்த உலகத்துல தீர்க்க முடியாத பிரச்சனைன்னு எதுவுமில்ல.. எல்லாத்துக்கு ஒரு வழி இருக்கும்...எதனால் அழுகிறாள்.. என்ன பிரச்சனை என்று தெரியாமலேயே சமாதானப்படுத்திக் கொண்டிருக்கிறேன்...

சில்வியா.. என்னோடு கல்லூரியில் நான்காம் ஆண்டு ஹோமியோபதி மருத்துவம் படிக்கிறாள்.. கேரளா எர்ணாகுளத்திலிருந்து வந்திருக்கிறாள்.. கேரளா மாணவர்கள் அதிகமாக இருக்கும் எங்கள் கல்லூரியில் மலையாளிகளின் வாடை நிரம்பயிருக்க கொண்டைகடலையும், புட்டும் நேந்திரமும் கல்லூரியின் கேன்டீனில் எல்லா மேசையிலும் முகாமிட்டிருக்கும்..

சில்வியா தாமஸ் எனக்கு ஒரு வருட சீனியர்..

இப்போது நான் மூன்றாம் ஆண்டு..

முதலாமாண்டு நான் சேர்ந்த பொழுது கல்லூரியில்

ராக்கிங் நடக்கும்.. அதை எப்படி எதிர்கொள்வது என்பதை என் அறையின் சக மாணவர்கள் பல தகவல்களோடு பேச பேச பயமாயிருந்தது...

இப்பவே ஊருக்கு போயிடலாமா என்று நினைத்தாலும்..என்ன நடந்தாலும் சந்திப்போம் என்றது மனது...

கல்லூரியின் பின்புறமுள்ள ஏற்காடு ரோட்டில் உள்ள ஆறுமுக விநாயகர் கோவிலில் முதலாமாண்டு மாணவர்கள் மனமுருகி வேண்டிக் கொண்டிருக்க அப்துல்லாவாகிய நான் வெளியே போடப்பட்டிருந்த சிமெண்ட் பெஞ்சில் அமர்ந்திருக்க பெண் மாணவிகள் கூட்டம் வெள்ளை கோட்டை போட்டுக் கொண்டு என்னை கடக்கையில் மலையாளத்தில் பேசி சிரித்தார்கள்...

தனியாக அமர்ந்திருக்கும் என்னை பார்த்து சிரித்திருப்பார்களோ என்று அவர்களையே பாரத்துக்கொண்டிருந்தேன்..

எக்ஸ்கியூஸ்மி என்ற குரல்..

அழகான மலையாள பெண் குரல்.. தரை நோக்கி கை நீட்ட அவள் செருப்பின் மேல் என் ஷூக்கள் வைத்து அமர்ந்திருக்க வேகமாய நகர்த்தி சாரி என்றேன்...

பதில் பேசாமல் செருப்பை மாட்டியவள் மேலிருந்து கீழாக என்னை பார்த்தவள்..

பர்ஸ்ட் இயரா என்றாள்.. ஆமாம் என்றேன்..

கல்லூரிக்குள் நுழையும் போதே பல இடங்களில் கும்பல் கும்பலாக சீனியர்கள் கூட்டம்...ராகிங்காக ஒரு கும்பலில் மாட்ட நடுநாயகமாக கோவிலில் பார்த்த அந்த பெண்...

என்னுடன் வந்தவர்கள் ஆளுக்கொருவரிடம் மாட்ட நான் அந்த பெண்ணிடம் சிக்க நின்ட பேரு எந்தா? என்றாள். அப்துல்லா.. என்றேன்.. ஓ முஸ்லிமோ என்றாள்...

ஒரு கணம் யோசித்தவள் நீச்சல் அடிக்க தெரியுமா என்றாள்.. தெரியும் என்று தலையாட்டினேன்....

ம்.. அப்ப அடி என்றாள்..

எங்கே என்றேன்...

கையை தரையில் காட்டினாள்...

புல் தரையில் படுத்துக்கொண்டு நீச்சல் அடித்தேன்..பத்து நிமிடம் கைகால் அசைத்துக் கொண்டிருக்க..கிரவுண்டில் பலபேர் நீச்சலடித்துக் கொண்டிருந்தனர்... எழு என்றாள்.. சட்டையில் பட்ட புல்தரையின் மண்ணை தட்ட.. சிரிச்சிட்டே போ என்றாள்...

மூன்று மாத காலம் வரை எங்காவது வழியில் பார்த்தால் சிரிப்போம்.. அவ்வளவுதான்...

என் ரூம் மேட் சினில் வர்கீஸ் ஒரு நாள் சாப்பிட காலேஜ் கேன்டீன் அழைக்க வழக்கமாக சாப்பிடும் மணிக்கவுண்டர் மெஸ் விடுமுறை அதனால் அவனுடன் சென்றேன்.. நமக்கு கேரள உணவுகள் ஒத்து வருவதில்லை நமக்கு கவுண்டர் மெஸ்ல காரஞ்சாரமா சாப்பிட்டு பழகிடுச்சி...வேற வழியில்லை சென்றேன்..

என்னை ராக்கிங் செய்த அந்த பெயர் தெரியாத பெண்ணும் என்னுடன் படிக்கும் ஜேன்மேரியும் அமர்ந்திருக்க சினிலும் நானும் அவர்கள் அமரந்திருக்கும் மேசையில் அமர்ந்துக்கொண்டோம்..

அந்தப் பெண்.. அப்துல்லா எப்படி இருக்க என்றாள்..

திகைத்தேன்..

அவள் என் பெயரை நினைவில் வைத்திருந்தாள்..

பைன் என்றேன்..

நான் சில்வியா தாமஸ் என்று கைகொடுத்தாள்..

அவர்கள் சாப்பிட்டு முடித்திருக்க தயிர்சாதமும், வடையும் எனக்கு வர, சினிலுக்கு புட்டும் கொண்டைக்கடலையும் வர சாப்பிட்டுக் கொண்டிருந்தோம்..அவர்கள் மூவரும் மலையாளத்தில் சரளமாக பேசிக்கொண்டிருக்க ஒன்றும் புரியாமல் உண்ணவேண்டியிருந்தது.

கல்லூரி சேர்ந்து முதல் செமஸ்டர்.. பக்கத்து ரூமில் சீனியர்கள் இருக்க தேர்வுகள் குறித்த சந்தேகங்கள் கேட்பேன்.. அதிலும் சீனியர் மனோ தெளிவாக விளக்குவான்..

சீனியர்களாக இருந்தாலும் வா மாப்ள போ மாப்ள என சகஜமாக பேசுவார்கள்...

மனோ திருச்சியில் பிரபல ஜவுளி நிறுவனத்தினரின் ஒரே மகன்... நன்றாக படிப்பதோடு கல்லூரியின் ஹீரோ போல அவனின் நடவடிக்கைகள் இருக்கும்.... தனக்காக ஒரு வெள்ளை நிற கான்டாஸா கிளாசிக் காரை கல்லூரியில் வைத்திருப்பான்... அடிக்கடி நான் கேட்கும் சந்தேகங்களுக்கு அழகாக பதில் சொல்வான்...

கிரிக்கெட் விளையாட தெரியுமா? என்றான்.

தெரியும் என்றேன்..

சாயந்திரம் கிரௌண்டுக்கு வா மாப்ள விளையாடலாம்..

சரி என்றேன்...

மாலையில் விளையாடும் கிரவுண்டிற்கு சினிலோடு போனேன்...

மனோவை காணோம்..

மனோவைத் தேட சில்வியாவும் மனோவும் மைதானத்தில் பேசிக்கொண்டிருக்க, என்னைப் பார்த்து மாப்ள என்று

அழைத்தான்.. சினில் அங்கேயே நிற்க, நான் மட்டும் அருகில் சென்றேன்...

அப்துல்லா பக்கத்து அறை பர்ஸ்ட் இயர் என்று மனோ அறிமுகப்படுத்த

தெரியும் என்றாள் சில்வியா தாமஸ்...

இப்பொழுதெல்லாம் கல்லூரி நேரம் போக நண்பர்களோடு கிரிக்கெட் விளையாடுவது முத்தண்ணன் கடையில் டீ சாப்பிடுவது.. கவுண்டர் மெஸ்ஸில் விதவிதமாக உண்பதுமாக வாழ்க்கை நகர்ந்துக் கொண்டிருந்தது..

ஆனால் தினமும் மைதானத்தில் சில்வியாவும் மனோவும் சந்தித்து பேசுவார்கள்..

அவள் சென்ற பிறகு மனோ விளையாட வருவான்...

சினிலிடம் கேட்டேன்.. இரண்டு பேரும் லவ் பண்றாங்க என்றான்... நான்கு நாட்களாக கிரவுண்டில் மனோவும் சில்வியாவும் சந்திக்கவில்லை...

கல்லூரியிலும் பார்க்கமுடியவில்லை... மனோ அமைதியாக இருந்தது.. விளையாடும் போதே தெரிந்தது..

என்ன மாப்ள டல்லா இருக்கீங்க..என்ன விஷயம்..என்ன ஏதாவது சண்டையா.. சில்வியாவும் நீங்களும் நாலு நாளா கிரவுண்டில சந்திக்கிறதே இல்ல.. தெரியல மாப்ள யார் கேட்டாலும் சரியான பதில் இல்ல.. என்றவன் கலங்கினான்.

திடீரென்று ஒரு யோசனை..

நண்பன் ராஜூவின் யமஹா ஆர்எக்ஸ் 100 பைக்கை வாங்கிக் கொண்டு கொண்டப்பநாயக்கன்பட்டி பஸ் ஸ்டாப் சென்றேன்.. நான் நினைத்தபடி ஜேன்மேரி பஸ்ஸூக்காக நின்றிருந்தாள்...

ஜேன் ஒரு உதவி என்றேன்..

ஆச்சரியமாக பார்த்தாள்...

அதிகபட்சமாக வகுப்பறையில் பார்த்தால் சிரித்துக் கொள்வோம்..லேப்பில் எதிர் வரிசையில் இருப்பாள்...பார்த்து பேசக்கூட வாய்ப்பிருக்காது.. ஆண் நண்பர்கள் தாண்டி பெண் நண்பர்களிடம் பழகும் வாய்ப்பு இருந்தும் உருவாக்கிக் கொள்ளவில்லை...

கொஞ்சும் மலையாளக்குரலில்.. என்ன சொல்லு என்றாள்...

எனக்கு தெரிந்து இன்று தான் அவளிடம் முகம் பார்த்தே பேசுகிறேன்... ஒன்னுமில்ல சில்வியா நாலு நாளா காலேஜூக்கு வரல.. உன்கூட ஆஸ்ட்டல்ல தானே இருக்காங்க.. என்னாச்சு...ஓ அவளுக்கு பீவர்..ரெஸ்ட்ல இருக்கா..நான் போயி ஆஸ்பிட்டல் கூப்பிட்டு போவேன்...

நீ ஏன் கேட்கற என்றாள்..

அதற்குள் பஸ் வந்தது.. புறப்படும் வரை காத்திருக்காமல் கிரௌண்டு நோக்கி வேகமெடுத்தது ஆர்எக்எஸ்100

மாப்ள நாலு நாளா உடம்பு சரியில்லை போல.. ஜேன்தான் ஆஸ்பிட்டலுக்கு கூப்பிட்டு போறாதா சொன்னா..

பதட்டமடைந்தான் மனோ..

கவலைப்படாத சரியாயிடும் என்பதற்க்குள் இல்ல மாப்ள காரெடுத்துட்டு வரேன்... ஹாஸ்ட்டல் போயி ஆஸ்பிட்டல் கூப்பிட்டு போவோம்... என்றான் மனோ...

ஹாஸ்ட்டல் வாசலில் நிற்கிறோம்..இருபது நிமிட காத்திருப்பு.. ஸ்வெட்டர் அணிந்து கலையிழந்த முகத்தோடு சில்வியாவை கைத்தாங்கலாக ஜேன் அழைத்து வர.. வெளியில் நின்றிருந்த எங்களை பார்க்க சின்ன பயத்தோடு என்ன இங்க

வந்திட்டீங்க என்றாள் ஜேன்...

இல்ல நான் தான் கூப்பிட்டு வந்தேன் என்ற மனோ சில்வியாவிடம் யாருக்கிட்டயாவது சொல்லி அனுப்பியிருந்தா நான் வந்திருப்பேனில்ல..

சரியாயிடுமுனு நினைச்சேன்..அதிகமாயிடுச்சி...

சரி வா இப்ப போவோம் என்றான்..

உங்களுக்கு எப்படி தெரியும்.. அப்துல் தான் ஜேனிடம் கேட்டு வந்து சொன்னான்.. அப்படியே ஓடி வந்துட்டேன் என்ற மனோவிடம் சீரியஸாக இல்லையே காரில தானே வந்திருங்கீங்க என்றாள் ஜேன்...

சிரிக்கமுடியாமல் சிரித்தாள் சில்வியா.. எந்த ஆஸ்பிட்டல் என்றேன்.. கோகுலம் ஆஸ்பிட்டல் என்றதும் நால்வரும் புறப்பட்டோம்...

பதினைந்து நாட்களாக காலையில் மனோவோடு ஆஸ்டடல் வந்து இருவரையும் காரில் அழைத்து செல்வது மாலையில் கிரிக்கெட் விளையாடிவிட்டு அவர்களை ஆஸ்டடலில் விடுவது அன்றாட பணியாகிவிட்டது. ஞாயிற்றுக்கிழமைகளில் சர்ச்சுக்கு சென்று அமரந்திருப்போம்... சர்ச் முடிந்து வெளியே வந்த பிறகு அவர்கள் பேசிக்கொண்டிருக்க வேறு வழியில்லாமல் ஜேனிடம் நான் பேசிக்கொண்டிருப்பேன்..

காமெடி சென்ஸ் உள்ளவள்...

நிறைய சிரிக்கலாம்...

அவளின் தந்தை கேரளாவில் கிட்டதட்ட முப்பது ஏக்கரில் ரப்பர் தோட்டத்தின் சொந்தக்காரரர்...

அவரின் பண்ணையில் விலை உயர்ந்த குதிரைகள்

வளர்க்கிறார்கள்.. தனக்கு மிகவும் பிடித்தது வெள்ளைக்குதிரை ஸ்டூவ் தான்.. என்னை பார்த்தால் கால்களை மேலே தூக்கி சப்தமிடும்..

பண்ணையில் எங்கே சென்றாலும் என்னுடனே வரும்..

குட்டியாக அப்பா ஹரியானாவில் இருந்து வாங்கி வந்தார்... அவருடைய ரப்பர் டீலர் ஒருவர் பரிசாக கொடுத்ததாக சொன்னாள்..

இந்த மாதம் குட்டி போடும்..

அந்த குட்டிக்கு உன் பெயர் வைக்கட்டுமா என கேட்டுவிட்டு விழுந்து விழுந்து சிரித்தாள்..

ஸ்டூவ் மாதிரி என்னையும் உனக்கு பிடிக்குமா என்றேன்..

அமைதியாகிவிட்டாள்..

ஐந்து நிமிட மௌனம்..

ஆமாம் என்றாள்...

மதியம் கீதாலயா தியேட்டர் அருகிலுள்ள நூர்ஷா ஓட்டலில் சுடசுட மட்டன் பிரியாணி.. ஹாஸ்ட்டலில் விட்டுவிட்டு அறைக்குள் வந்தாகிவிட்டது...

விக்கி விக்கி அழுது முடித்த சில்வியா தாமஸ் சொன்னாள்..

அப்துல் மனோவை எனக்கு ரொம்ப பிடிக்கும்..

இன்னும் ஒரு வருஷ படிப்பு இருக்கு..அவன் இப்பவே கல்யாணம் பண்ணிக்கலாமுனு சொல்றான்..

எங்க அம்மா அப்பாவின் சம்மதத்தை எப்படியாவது வாங்கிடறேனு சொன்னா ஒத்துக்கமாட்டேன்றான்..

நீ ஊருக்கு போயிட்டா என்னை மறந்துடுவ..

கேரளத்து பையன கட்டிவச்சிடுவாங்க..

அரியர் எழுத வந்த பிரபா சொன்னாரு கிளாராவை என்ன மாதிரி யாரும் நேசிச்சிருக்க மாட்டாங்க..

அவதான் என் உயிரு..

எக்ஸாம் எழுதிட்டு போனவதான்..போன கையோட கனடா மாப்பிள்ளைக்கு கட்டி வைச்சுட்டாங்க..

இரண்டு தடவ சூசைடு அட்டம்ப்ட்..

மூன்று வருஷமாச்சு தேறன்னு சொன்னதிலிருந்து எனக்கு பயமா இருக்கு..

உன்னை இழந்திடுவேன்னு மனசு பதைபதைக்குது..

நீ இல்லாம வாழ முடியாதுனு அழறான்..

நீ ஊருக்கு போயிட்ட ஞாயிற்றுக்கிழமை தம்பியும் நானும் சர்ச்சுக்கு போயிருந்தோம்.. அங்க வந்தவன் இப்பவே வா கல்யாணம் பண்ணிக்கலாமுனு அடம்பிடிக்கறான்..

கையில் தாலி கயிர பிடிச்சிக்கினு கத்தறான்..

சர்ச்ல தம்பி சித்தப்பா சித்தி எல்லோரும் பார்க்க அவமானமாயிடுச்சி.. இப்பவே இங்கவே எல்லார் முன்னாடியும் தாலி கட்டறேன்னு ரகள பண்ண சித்தப்பா வீட்டிற்கு அழைச்சினு வந்துட்டார்..

இப்ப கேரளாக்கு அப்பாகிட்ட போன் பண்ணி சொல்லிட்டார்...

இனிமே காலேஜிக்கு போகாத.. படிக்கவே தேவையில்லனு ஒரே சண்டை...

உங்களை மீறி எதுவும் செய்யமாட்டன்னு சத்தியம் செய்ஞ்ச பிறகுதான் அனுப்பனாங்க..

இப்பக்கூட தம்பி வண்டில கூப்பிட்டுனு வந்தான்.. பஸ்ஸில நீ உட்கார்ந்திருந்தத பார்த்தேன்... அவன சமாதானம் பண்ணி அனுப்பிட்டு இடையில வந்து பஸ்ஸ நிறுத்தி ஏறினேன்.. எனக்கு என்ன பண்றதுனு தெரியலடா அப்துல்...

எனக்கு ஹெல்ப் பண்ணுடா..கதறினாள் சில்வியா...

மனோ அறையில் பித்து பிடித்தவன் போல் அமர்ந்திருந்தான்.. தலைமுடி கலைந்து உணர்வற்று வெறித்த பார்வையை பார்க்க பயமாக இருந்தது..

மாப்ள என்றேன்...

எனக்காக காத்திருந்தான் போல.. கட்டியணைத்து கதறினான்...

இந்த காதல் எப்படியெல்லாம் மனிதனை புரட்டி போடுகிறது.. எதனால் ஈர்க்கப்படுகிறோம் என்பதை அறியும் தன்மை காதலுக்கு இல்லை...

பேச்சு, நடை, உடை, பாவனை, அறிவார்ந்து பேசுதல், கனிவான அனுகுமுறை என எதாவது ஒன்று நம் மனதிற்கு நெருக்கமாகும் போது ஏற்படும் காதல் பின்விளைவுகளை, சாதி மத சடங்குகளை தூர தூக்கி போடுகிறது...

அவளோ, அவனோ கிடைத்தால் போதும் என்கிற இலக்கு எதையும் செய்யத் துணியும்...

அப்படிப்பட்ட துணிச்சல் காதல் வயப்பட்ட மனோவுக்கு வராமல் இருந்தால் தானே ஆச்சரியம்...

மாப்ள வரும்போது சில்வியாவை பார்த்துட்டுதான் வந்தேன்..

அவள் பக்கமும் நாம பாக்கனும் மாப்ள..

இப்ப நீ அவசரப்பட்டு பண்ண பிரச்சனை அவங்க வீடுவரைக்கும் போயிடுச்சி.. அவ படிப்பை பாதியில

நிறுத்திட்டாங்கனா என்ன பண்ணுவ..

இப்ப நான் சொல்றத கேளு கொஞ்சம் நாள் அமைதியா இரு...

எந்த தொந்தரவும் இல்லாம இருக்கானு அவங்க வீட்டிற்கு தெரியட்டும்.. அப்புறம் நல்ல முடிவா எடுக்கலாம். என்றேன்..

டவுனுக்கு போகலாம் என்றேன்

வந்தான்...

இப்போதெல்லாம் கிரவுண்டில் இவர்கள் சந்திப்பதில்லை.. கொஞ்சம் நேரம் விளையாடுவான்.. சோர்ந்து மரத்தடியில் போய் உட்கார்ந்துக் கொள்வான்...

கல்லூரியில் செமஸ்டர் முன்பாக ஏழு நாட்கள் கல்லூரி சுற்றுலா குறித்து நோட்டீஸ் போர்டில் ஒட்டப்பட கல்லூரியே பரபரப்பானது...

எங்கள் பேட்ச் கேரளா என்று முடிவு செய்யப்பட்டது..

அதற்காக ஆயத்தமானோம்..

எல்லோரும் கேரளா நோக்கி சுற்றுலா புறப்பட்டாகிவிட்டது...

கல்லூரி வாழ்க்கையில் மாணவத் தோழமைகளோடும், பேராசிரியர்களோடும் சேர்ந்து செல்லும் பயணம் இறுக்கம் உடைந்து இணக்கமாகிட, அவர்களும் எங்களோடு ஆட்டம் பாட்டம் என குதூகலிக்க கொண்டாட்ட உணர்வை வார்த்தைகளால் சொல்ல நிறைய பக்கங்கள் எழுதவேண்டும்..

அப்படியான பயணத்தில் திடீரென்று டமார் என்ற சப்தம் அத்தனை துள்ளல்களும் ஒரு நொடியில் வெலவலத்து போக டிரைவர் பஸ்ஸை லாவகமாக ஒரங்கட்டி நிறுத்த.. அனைவரும் அரக்க பரக்க இறங்கிட பஸ்ஸின் முன் பகுதி சேதமாகியிருந்தது...

மோதிய லாரியில் இருந்து இருவர் எங்களை நோக்கி ஓடி வந்துக் கொண்டிருந்தனர்...

லோடு லாரி பிரேக் பெயிலியர்...

லாரிக்கார டிரைவர் தவறை ஒத்துக்கொள்ள.. யாருக்கும் எந்த சேதமின்றி தப்பித்தோம் என்ற நிலையில்.. லாரிக்காரர் அடிபட்டதை சரி செய்து தர ஒத்துக்கொண்டு மூன்று மணி நேர அவகாசத்தில் முடித்து தர ஒப்பந்தமானது...

ஆக்சிடெண்ட் நடந்த இடத்தில் அழகான சவுக்கு தோப்பு ரம்மியமானதாய் இருக்க அங்கே காத்திருப்பது என முடிவாக அனைவரின் சூட்கேஸ் பேக்குகளோடு சவுக்கு தோப்புக்குள் சென்றோம்...

அனடாமி பேராசிரியர் குமார் எளிமையாக பழகுவார்.. நட்பாய் எங்களோடு நண்பனைப்போல் தோளில் கைபோட்டு பேசுவார்..

அவர் நடுநாயகமாக அமர்ந்திருக்க...

அனைவரும் தங்களின் தனித்திறமைகளின் வெளிப்பாடாக பாடல், நடனம், பேச்சு, மிமிக்ரி என கலக்கிக் கொண்டிருந்தனர்...

என் பக்கத்தில் அமர்ந்திருந்த ஜேன் கேட்டாள் நீ என்ன பண்ணப்போறே என்றாள்..என்ன செய்வதென்று தெரியாமல் விழித்துக் கொண்டிருந்ததை கண்டுபிடித்துவிட்டாள்..

தெரியலயே என்றேன்..

தலையில் தட்டியவள் யோசி என்றாள்...

நீ என்ன செய்யப்போற கதகளி என்றாள்.. சொன்னதைப்போல் கதகளியின் கண் அசைவுகளும் அந்த அடவுகளின் நளினங்களும் உயிர்ப்பாய்.. பிரம்மிக்க வைத்தாள்..

கைதட்டல்கள் அடங்கவே வெகு நேரமானது... ஆடி முடித்தவள் என் பக்கத்தில் அமர்ந்தாள்..

என்னிடம் கேட்டாள்.. எப்படி என்றாள்..

வார்த்தைகள் இல்லை அவளை பாரட்ட.. தத்ருபமான கதகளி நடனம்...

எக்ஸலன்ட் என்றேன்...

சந்தோஷமடைந்தவள் அடுத்தது நீதான் ஏதாவது செய் என்றாள்...

எழுந்து நிற்கிறேன்.. அமைதி..

யோசனை வர ஒரு பாடல் பாடுகிறேன் என்றேன்...

கங்ள ரூஊ ல்தகா றிற்ப னன்ள றகுக்னைநி துஅ கங்க ருஊ ல்தாக லபோ ம்ழ ஆ யேலைல்இ ம்ழ அ னன்ள துஅ பம்ரொ மாம்பப்டீ.. என்று பாடி முடித்தேன்...

யாருக்கும் எதுவும் புரியவில்லை..

என்ன மொழி என்றார்கள்...

கண்டுபிடியுங்கள் என்றேன்..

இந்திய வரைபடத்திலுள்ள எல்லா மாநில மொழிகளும் அலசப்பட... விடை தெரியாமல் தவித்துக் கொண்டிருக்க.. இன்னும் ஒரு மணி நேரம் பேருந்து ரெடியாக கண்டு பிடியுங்கள்..என்றேன்..

நானே நினைத்து பார்க்கவில்லை..

இந்த இடத்தை இப்படி சுவாராசியப்படுத்துவேன் என்று...

நான் டீ சாப்பிட்டு வர்றதுக்குள்ள கண்டுபிடிக்கறவங்களுக்கு என் டிரீட் என இன்னும் சூடு பிடிக்க டீ சாப்பிட ரோட்டிற்கு வந்தேன்...

சாலையின் எதிரே உள்ள மில்லில் டீக்கடையில் டீ குடிக்க சாலையை கடக்க நின்றிருக்க ஜேன் என்னை நோக்கி ஓடி வந்தாள்...

டீ சாப்பிடலாமா..

ம்.. என்றாள்..

சாலை கடந்து நடக்கையில் ஏய் அது என்ன பாட்டுனு எங்கிட்ட சொல்லேன் என்றாள்..

சொன்னா என்ன தருவ என்றேன்...

ஐலவ்யூ என்றாள்...

ஒரு கணம் நின்றேன்..

திரும்ப சொல்லு.. ஐலவ்யூ என்றாள்...

அதற்கு பிறகு பாட்டை பற்றி அவள் கேட்கவில்லை.. நானும் சொல்லவில்லை... டீ குடித்து சவுக்கு தோப்புக்கு இருவரும் அமைதியாக வர காத்திருந்தார்கள் என் நண்பர்கள்...

டேய் சொல்லித்தொலைடா என்றார் பேராசிரியர் குமார்...

எல்லோரும் ஆவலாக என்னையே பார்க்க தமிழில் தான் பாடினேன் ஆனால் தமிழைத் தலைகீழாக பாடினேன்.

எங்க ஊரு காதல பற்றி என்ன நினைக்கிற அது உங்க ஊரு காதல் போல ஆழம் இல்லையே ஆழம்ன்னா என்ன அது ரொம்ப டீப்பம்மா... என்ற பாடல் தான் என்றேன்...

அடச்சே..இதையாடா இவ்வளவு நேரமா விளையாட்டு காட்டுன..

செல்லமாய் துரத்தி துரத்தி அடித்தார்கள்... நான் சொன்னபிறகு தானே தெரிஞ்சது...

நீண்ட நாட்கள் இதைப்பற்றிய பேச்சு என் கல்லூரியில்

இருந்தது...

பள்ளிக்கூட நாட்களில் என் நண்பர்கள் நாங்கள் ஐந்து பேர் தமிழை தலைகீழாக பேசி கொள்வோம்...

முதலில் ஒரு ஒரு வார்த்தையாக பேச ஆரம்பித்து பிறகு அதை ஒரு மொழியாகவே நாங்கள் பேச ஆரம்பித்தோம்...

நாங்கள் பேசும் மொழி அவ்வளவு சீக்கிரம் யாரும் கண்டுபிடிக்க முடியாத அளவுக்கு வேகமாக பேசுவோம்...

பிறகு இந்த வடிவம் பாடல் வடிவமாக மாற்றி எமக்கு பிடித்த பாடல்களை பாட ஆரம்பித்தோம்... இப்படி விளையாட்டாக பேசிய மொழிதான் இந்த வகையான தமிழ் மொழி..

கல்லூரி முடித்து வரும் வரை கல்லூரியில் இந்த பாஷை ஒரு ஒரு சொல்லாக பேசிக் கொண்டிருப்பார்கள்.. காசு என்பதை சுகா என்றும் சாப்பாடு என்பதை டுபாப்சா வாகவும் மாறியது.. பல தமிழ் வார்த்தைகள் இவர்களிடம் தலைகீழாக புழங்கிக்கொண்டிருந்தது..

சுற்றுலா முடித்து கல்லூரி வந்தோம்...

நான் பதில் சொல்லாது மௌனித்ததில் சோகமாய் இருந்தாள் ஜேன்...

பார்ப்பதை தவிர்ப்பது... பக்கத்தில் இருப்பவர்களிடம் சொல்லி அவர்கள் என்னிடம் சொல்வது என பலவாறு அணுகியும் நான் அமைதியாக இருந்தேன்...

மனோ நாளுக்கு நாள் தன்னை வருத்திக் கொண்டு நடை பிணம் போல் மாறியிருந்தான்..

மாப்ள நாளைக்கு ஞாயிற்றுக்கிழமை அவங்க சர்ச்க்கு வருவாங்க நாளைக்கு உன் பிரச்சனைக்கு ஒரு முடிவு கட்டுவோம்..

ஆதரவாய் நான் இருக்கேன்ல.. என்றேன்..

கண்கள் சுருக்கி வெறித்தவன்.. ம் என்றான்...

அறையில் நன்றாக தூங்கிக்கொண்டிருக்க கதவு வேகமாக தட்டப்பட கதவை திறந்தேன் கல்லூரி வாட்ச்மேன் நீலகண்டன்...

மனோ காலேஜ் மாடில இருந்து குதிச்சு செத்துட்டான்பா என்றார்...

அய்யோ... கதறி ஓடினேன்...

தலைசிதறி இரத்த வெள்ளத்தில் மனோ...

போலிஸ் வர.. திருச்சியிலிருந்து அவர்களின் பெற்றோர்,சொந்தக்காரர்கள் வர... பல விதமான விசாரணைகளில்.. மனோவின் பெற்றோர் இந்த விஷயத்துக்காக என் பையன் செத்தான்னு வெளியே தெரியவேணாம்... அவன் விதி அவ்வளவுதான்... அரசியல் பலத்தால் போலிஸை சமாதானம் செய்து மேற்கொண்டு எந்த விசாரணையுமில்லாமல் தற்கொலை என்பதாக சொல்லி மனோவின் உடலோடு அவன் காதலையும் சேர்த்து புதைத்தனர்...

மனோவின் மரணத்துக்கு பிறகு விசாரணைக்கு பயந்து சில்வியாவும் கல்லூரிக்கு வருவதில்லை...

கல்லூரி சுற்றுலாக்கு பிறகு இன்றுதான் ஜேனிடம் நேரடியாக பேசினேன்...முத்தண்ணா கடைக்கு போவோம் என்றேன்..ஒன்றும் பேசாமல் நடந்தே சென்றோம்...அண்ணே இரண்டு ஹார்லிக்ஸ் என்றேன்...என்னப்பா இந்த மனோ இப்படி பண்ணிட்டாப்ல என்றார்...

பேச முடியவில்லை என்னால்.. எல்லாம் விதி என சைகையால் நெற்றியில் கோடிட்டேன்...பெருமூச்சு விட்டவர் ஹார்லிக்ஸ் போட்டுக்கொண்டிருந்தார்..

ஜேன் நான் என்ன பேசப்போகிறேன் என காத்திருக்க.. மனோவோட முடிவை பார்த்தல்ல.. அதில இருந்து என்னால இன்னும் மீள முடியல.

எனக்கும் உன்ன பிடிக்காம இல்லை,உன்னை எனக்கு ரொம்ப பிடிக்கும்... பிராக்டிகலா யோசிச்சி பாரு... எல்லாத்திலிருந்தும் நாம வேறுபட்டிருக்கோம்..

நாம வாழ்ந்தோம்னோ.. இனி வாழ்வோம்னோ.. உத்தரவாதமற்ற உலகம் இது.. சராசரி மனித மனநிலையிலிருந்து என்ன மாற்றம் நிகழ்ந்திடப்போவது...

தேவை என்ற நிலைக்கு தள்ளப்படும்போது ஏதோ ஒன்றை நிச்சயமாக செய்யவேண்டி எதையும் செய்துவிட துனிஞ்சிடறோம்... அப்படி தற்கொலை பண்ணிக்கின முட்டாள்தான் இந்த மனோ.. அவன் செத்ததால குடும்பம் கண்ணீர்ல.. இதெல்லாம் நமக்கு நடக்கக்கூடாது. நல்ல நண்பர்களாக இருப்போமே.. புரியுதா என்றேன்...

கண்ணீர வழிய மௌனம் காத்தவள் பேசினாள்.. எங்க வீட்ல நான் சம்மதம் வாங்கிட்டா நீயும் உன் வீட்ல வாங்கிடுவியா என்றாள்... சரி என்றேன்..

படிப்பை முடி பார்க்கலாம் என்று வீட்டில் சொன்னதாக சொன்னாள்... இப்போதெல்லாம் ஜேன் என்னோடு பேச வந்தால் சினில் வர்கீஸும் வந்து விடுகிறான்...நான் டவுனுக்கு போனாலும் ஆர்வமாக என்னோடு வருகிறான்..சினில் முன்பைவிட என் மேல் அக்கறையாக இருக்கிறான்... கல்லூரி முடிய அவனின் பாசத்திற்கு ஒரு எல்லையே இல்லை...

கல்லூரி முடிந்து பிரியாவிடைகள் நடக்க என்னுடைய வீட்டு தொலைபேசி எண் கேட்டாள்.. கொடுத்தேன்.. அவளும் கொடுத்தாள்.. சினிலும் கொடுத்தான்... அவள் ஒரு தடவை பேசினாள்... சினில் பல தடவை பேசினான்... நான் ஒரு தடவை அவளுக்கு போன் போட்டேன்.. அவள் ஊரில் இல்லை என்றார்கள்..

ஒரு நாள் சினில் பேசினான்.. மாப்ள ஒரு சேட் நியூஸ் என்றான்.. ஜேனுக்கு நாளைக்கு கல்யாணம் என்றான்... போன் போட்டேன் யார் யாரோ பேசினர்.. அவள் மட்டும் பேசவில்லை.. மனம் விரக்தியானாலும் மனோவும் பிரபாவும் கற்றுத்தந்த பாடம் வடுக்களாக மனதிலிருக்க தவறான முடிவை யோசிக்கவேயில்லை..

ஒருவேளை அவளுக்கும் எனக்கும் திருமணம் நடந்திருந்தால் அந்த வெள்ளைக் குதிரையில் இருவரும் வலம் வந்திருப்போம்... குதிரைகுட்டிக்கு என் பெயர் வைத்திருப்பாளோ.. கனவு கலையாமல் கண்கள் இருக மூடியே இருக்கிறேன்....

மூன்று ஆண்டுகளில் நான் நிறைய மாறிவிட்டேன்.. என் வேலையில் கவனத்தை திருப்பினேன்.. தற்போது மலேசியாவில் ஹோமியபதி கான்பரன்ஸில் பேசப்போகிறேன்... பேசினேன்.. அரங்கில் கரவொலி நிற்கவேயில்லை... பேசிமுடித்ததும் எல்லோரும் வந்து கை கொடுத்தனர்.. வாழ்த்துக்கள் என்று இறுக்கமாக கைகொடுத்தவனை பார்த்தேன். அட நம்ம சினில்.. ஏய் மாப்ள என கட்டிப்பிடித்தேன்.. அவன் பக்கத்தில் ஒரு குழந்தையோடு ஜேன் என்னை பார்க்காமல் தலைகுனிந்து நின்றிருந்தாள்.

ஜேனை பார்த்து நான் அதிர்ந்தேன்.

பக்கத்தில் நின்றிருந்த குழந்தையை பார்த்து யார் குழந்தை என்றேன்.

எங்களுடையது என்றான் சினில்.